TRANZLATY

Language is for everyone

Tungumál er fyrir alla

The Call of Cthulhu

Kall Cthulhus

H.P. Lovecraft

English
Íslenska

www.tranzlaty.com

<h1 style="text-align:center">The Horror made of Clay</h1>
Hryllingurinn úr leir

There is one thing I find particularly merciful.
Það er eitt sem ég tel sérstaklega miskunnsamlegt.
The inability of the human mind to correlate events.
Vanhæfni mannshugans til að tengja atburði saman.
It's a blessing that we can't understand the world.
Það er blessun að við getum ekki skilið heiminn.
We live blissfully on a placid island of ignorance.
Við lifum hamingjusöm á kyrrlátri eyju fáfræðinnar.
An island in the midst of black seas of infinity.
Eyja mitt í svörtum höfum óendanleikans.
And it was not meant that we should voyage far.
Og það var ekki ætlunin að við þyrftum að ferðast langt.
The sciences each strain in their own directions.
Vísindin stefna hvert í sína áttina.
But hitherto science's findings have harmed us little.
En hingað til hafa niðurstöður vísindanna lítið skaðað okkur.
But some day dissociated knowledge will be pieced together.
En einn daginn verður aðgreind þekking sett saman.
Terrifying vistas of reality will open up to us.
Ógnvekjandi sýn veruleikans mun opnast fyrir okkur.
And we will be left in a frightful vantage point.
Og við verðum eftir í hræðilegri stöðu.
We will either go mad from the revelation we are given.
Við munum annað hvort verða brjáluð eftir þá opinberun sem okkur er gefin.
Or we will flee from the deadly light that we will see.
Eða við munum flýja frá dauðans ljósi sem við munum sjá.
We will run from the knowledge we had always pursued.
Við munum flýja frá þeirri þekkingu sem við höfum alltaf sóttst eftir.
And we will seek the peace and safety of a new dark age.
Og við munum leita friðar og öryggis nýrrar myrkrar aldar.
Theosophists have guessed at the scale of the cosmos.

Guðspekingar hafa giskað á stærð alheimsins.
Our world is but a transient incident in this cycle.
Heimur okkar er aðeins skammvinn atburður í þessari
hringrás.
The human race plays but a little role in the universe.
Mannkynið gegnir aðeins litlu hlutverki í alheiminum.
The theosophists have hinted at strange methods of survival.
Guðspekingar hafa gefið í skyn undarlegar aðferðir til að lifa
af.
But their suggestions would freeze a rational man's blood.
En tillögur þeirra myndu frysta blóð skynsams manns.
Only the optimism of their ideas hides the horror.
Aðeins bjartsýnin í hugmyndum þeirra hylur hryllinginn.
But it is not their ideas that chill me the most.
En það eru ekki hugmyndir þeirra sem hræða mig mest.
It is something else that fills me with terror.
Það er eitthvað annað sem fyllir mig hryllingi.
The single glimpse of forbidden eons I have seen.
Eina svipmyndin af forboðnum öldum sem ég hef séð.
When I think of what I saw my blood stands still.
Þegar ég hugsa um það sem ég sá stendur blóðið í mér kyrrt.
Restlessness plagues my dreams since that glimpse.
Óróleiki hrjáir drauma mína síðan þá svipmynd.
It came to me like all dreaded glimpses of truth.
Það kom til mín eins og allar óttaðar sýndarverur sannleikans.
An accidental piecing together of separated things.
Tilviljunarkennd samsetning aðskildra hluta.
An old newspaper item and the notes of a dead professor.
Gömul frétt í dagblaði og glósur frá látnum prófessor.
In a flash everything was pieced together before me.
Í einni svipan var allt sett saman fyrir framan mig.
I hope no one else will accomplish this terrible insight.
Ég vona að enginn annar muni ná þessari hræðilegu innsýn.
Certainly, if I live, I shall never help anyone to know it.
Vissulega, ef ég lifi, mun ég aldrei hjálpa neinum að vita það.
I shall never knowingly supply a link in so hideous a chain.
Ég mun aldrei vísvitandi leggja til hlekk í svo hræðilega keðju.

I think that the professor, too, intended to keep silent.
Ég held að prófessorinn hafi líka ætlað að þegja.
He didn't mean to share the secrets that he knew.
Hann ætlaði ekki að deila leyndarmálum sem hann vissi.
And I'm sure he would have destroyed his notes.
Og ég er viss um að hann hefði eyðilagt glósurnar sínar.
If he had not been seized by sudden and suspicious death.
Ef hann hefði ekki verið gripinn af skyndilegum og
grunsamlegum dauða.

***

***

My knowledge of the thing began in the winter of 1926-27.
Þekking mín á þessu hófst veturinn 1926-27.
My great-uncle was the professor George Gammell Angell.
Langafrændi minn var prófessorinn George Gammell Angell.
He was the Professor Emeritus of Semitic languages.
Hann var prófessor emeritus í semískum tungumálum.
He lectured in Brown University, Providence, Rhode Island.
Hann kenndi við Brown-háskóla í Providence á Rhode Island.
His death, at the age of ninety-two, triggered the event.
Dauði hans, níutíu og tveggja ára að aldri, hrinti atburðinum
af stað.
**He was widely known as an authority on ancient
inscriptions.**
Hann var víða þekktur sem sérfræðingur í fornum áletrunum.
Heads of prominent museums came to him for his expertise.
Forstöðumenn þekktra safna leituðu til hans vegna
sérfræðiþekkingar hans.
So his death was noticed by many within academic circles.
Þannig að margir innan fræðimanna tóku eftir dauða hans.
Interest was intensified by the obscurity of his death.
Áhuginn jókst vegna þess hve óljóst var um dauða hans.
It occurred as he was disembarking from the Newport boat.
Þetta gerðist þegar hann var að fara frá bátnum frá Newport.

Witnesses say a dark nautical-looking fellow had jostled him.

Vitni segja að dökkhærður maður, sjómannslegur ásýnd, hafi ýtt við honum.

After being stricken, he fell suddenly, witnesses say.

Eftir að hafa fengið högg féll hann skyndilega, að sögn vitna.

Physicians were unable to find any visible disorder.

Læknar fundu engin sýnileg sjúkdómseinkenni.

After some perplexed debate they reached their conclusion.

Eftir nokkrar flóknar umræður komust þeir að niðurstöðu sinni.

"It must have been a lesion of the heart," they agreed.

„Þetta hlýtur að hafa verið hjartasár,“ voru þau sammála um.

"After all, he was rather an elderly man," they added.

„Hann var jú frekar aldraður maður,“ bættu þeir við.

"the brisk ascent of the steep hill caused his end."

„Hröð uppganga upp bratta brekkuna olli dauða hans.“

At the time I saw no reason to dissent from this dictum.

Á þeim tíma sá ég enga ástæðu til að vera ósammála þessari yfirlýsingu.

But latterly I am inclined to wonder about their conclusion.

En undanfarið hef ég tilhneigingu til að velta fyrir mér niðurstöðu þeirra.

And I do more than just wonder if they were right.

Og ég geri meira en bara að velta fyrir mér hvort þeir hafi haft rétt fyrir sér.

***

***

My grand-uncle died alone as a childless widower.

Langafrændi minn lést einn, barnlaus ekkjumaður.

And so I became heir and executor to his possessions.

Og þannig varð ég erfingi og erfðafjárhaldsmaður eigna hans.

So I was expected to go over his papers and writings.

Það var því búist við að ég færi yfir skjöl hans og rit.

I moved his entire set of files and boxes to my Boston home.

Ég flutti allt safnið hans af skjölum og kassa heim til mín í
Boston.
Much of the materials I collected will later be published.
Mikið af því efni sem ég safnaði verður birt síðar.
Many academics in his field took great interest in his work.
Margir fræðimenn á hans sviði sýndu verkum hans mikinn
áhuga.
The American archeological society relied on him greatly.
Bandaríska fornleifafélagið treysti mjög á hann.
But there was one box which I found exceedingly puzzling.
En það var einn kassi sem ég fann afar ráðgátulegan.
I felt much averse from showing these files to other eyes.
Mér fannst mjög óþægilegt að sýna þessar skrár öðrum
augum.
The box had been locked, unlike the other boxes.
Kassinn hafði verið læstur, ólíkt hinum kassunum.
And initially I found no key that would open this box.
Og í fyrstu fann ég engan lykil sem gæti opnað þennan kassa.
But then the location of the key occurred to me.
En þá rann upp fyrir mér staðsetning lykilsins.
The professor always carried a keyring in his pocket.
Prófessorinn bar alltaf lyklakippu í vasanum.
It was indeed one of these keys that opened the box.
Það var sannarlega einn af þessum lyklum sem opnaði
kassann.
But in the box was a still more closely locked barrier.
En í kassanum var enn vel læst girðing.
What could be the meaning of the queer bas-relief?
Hvað gæti hinsegin lágmyndin þýtt?
Various paper cuttings accompanied the bas-relief.
Ýmsar pappírsúrklippur fylgdu lágmyndinni.
What did the disjointed jottings and ramblings allude to?
Hvað vísuðu sundurlausu athugasemdirnar og vangaveltið
til?
Had my uncle become credulous to superficial impostures?
Var frændi minn orðinn trúgjarn gagnvart yfirborðslegum
blekkingum?

Perhaps in his later years his criticalness thought slowed.
Kannski hægði gagnrýnin hugsun hans á efri árum.
Someone had disturbed this old man's peace of mind.
Einhver hafði raskað hugarró þessa gamla manns.
And so I resolved to locate the eccentric sculptor.
Og því ákvað ég að hafa upp á þessum sérvitringa
myndhöggvara.
The man who set in motion my uncle's strange obsession.
Maðurinn sem hleypti af stað undarlegri áráttu frænda míns.

***

***

The bas-relief was roughly shaped like a rectangle.
Bas-reliefið var gróflega lagað eins og rétthyrningur.
The rectangular shape was less than an inch thick.
Rétthyrnt lögunin var innan við tommu þykk.
And the bas-relief was about five by six inches in area.
Og lágmyndin var um fimm sinnum sex tommur að stærð.
It was obvious that the bas-relief was of modern origin.
Það var augljóst að lágmyndin var af nútímauppruna.
The designs, however, were far from modern in atmosphere.
Hönnunin var þó langt frá því að vera nútímaleg í
andrúmslofti.
The inscriptions suggested a far older civilization.
Áletranirnar bentu til mun eldri siðmenningar.
The vagaries of cubism and futurism were many and wild.
Daufar kúbisma og fútúrisma voru margir og villtir.
But normally such patterns fail to produce regularity.
En venjulega tekst slíkum mynstrum ekki að skapa reglufestu.
The cryptic regularity which lurks in prehistoric writing.
Dulræn reglufesta sem leynist í forsögulegum skrifum.
This regularity was certainly present in the bas-relief.
Þessi reglufesta var vissulega til staðar í lágmyndinni.
I was certain the inscriptions represented a writing system.
Ég var viss um að áletranirnar táknuðu ritkerfi.
I had some familiarity with the papers of my uncle.

Ég þekkti nokkuð til skjöla frænda míns.
And I had looked through all of his collections and works.
Og ég hafði skoðað öll söfn hans og verk.
But I failed to find any writing that was similar.
En ég fann enga svipaða ritgerð.
I could not geographically place this alphabet in any way.
Ég gat ekki staðsett þetta stafróf landfræðilega á nokkurn hátt.
Nor could I guess from what time this writing came from.
Ég gat heldur ekki giskað á frá hvaða tíma þessi skrif væru
komin.
Above these apparent hieroglyphics there was a figure.
Fyrir ofan þessar augljósu hieroglyfjar var mynd.
The figure was evidently only of pictorial intent.
Myndin var greinilega eingöngu myndræn.
The impressionism of the picture added to the mystery.
Impressjónismi myndarinnar jók enn frekar á leyndardóminn.
No clear idea of the creature's nature could be discerned.
Engin skýr hugmynd var hægt að greina um eðli verunnar.
The creature seemed to be a monster, of some sort.
Veran virtist vera einhvers konar skrímsli.
Or the symbol represented a monster, of some sort.
Eða táknið táknaði skrímsli, af einhverju tagi.
Only a diseased mind could conceive of such a form.
Aðeins sjúkur hugur gæti hugsað sér slíka mynd.
My imagination yielded different pictures simultaneously.
Ímyndunaraflið mitt skilaði af sér mismunandi myndir
samtímis.
But my imagination may also be somewhat extravagant.
En ímyndunaraflið mitt gæti líka verið nokkuð öfugsnúið.
An octopus, a dragon, and also a human caricature.
Kolkrabbi, dreki og einnig skopmynd af manneskju.
I shall try not be unfaithful to the spirit of the thing.
Ég skal reyna að vera ekki ótrúr anda málsins.
A pulpy, tentacled head surmounted a scaly body.
Kjötkennt, tentaklað höfuð gnæfði yfir hreistruðum líkama.
Rudimentary wings protruded from the grotesque shape.
Frumstæður vængir stóðu út úr hinni grotesku lögun.

But the shape of the monster wasn't even the worst part.
En lögun skrímslsins var ekki einu sinni það versta.
The background of the picture was even more frightening.
Bakgrunnur myndarinnar var enn ógnvekjandi.
The scenery had a vague suggestion of another civilization.
Landslagið bar óljósan vott um aðra siðmenningu.
Cyclopean architecture from a forgotten part of the world.
Kýklópísk byggingarlist frá gleymdum heimshluta.

***

***

Only some notes and press cuttings accompanied the oddity.
Aðeins nokkrar athugasemdir og úrklippur úr fréttum fylgdu
þessu furðulega.
The press cuttings seemed to be only vaguely related.
Úrklippurnar úr fréttabréfinu virtust aðeins tengjast þessu
óljóst.
The hand written notes were all from my uncle.
Handskrifuðu minnispunktarnir voru allir frá frænda mínum.
But his notes made no pretense to any literary style.
En glósur hans gerðu ekki tilkall til neins bókmenntastíls.
There was no ordering mechanism to any of the papers.
Það var engin röðunaraðferð fyrir nein skjölin.
Although there seemed to be a master document to the
notes.
Þótt virtist vera aðalskjöl með glósunum.
This document was ascribed to the cult of Cthulhu
Þetta skjal var eignað Cthulhu-dýrkuninni.
The word's letters had been painstakingly written out.
Stafir orðsins höfðu verið skrifaðir vandlega niður.
There should be no erroneous reading of the unheard of
word.
Það ætti ekki að vera rangtúlkun á óheyrðu orði.
This Cthulhu manuscript was divided into two sections;
Þetta Cthulhu handrit var skipt í tvo hluta;
The first manuscript was titled the following:

Fyrsta handritið bar eftirfarandi titil:
"1925 - Dream and Dream Work of H. A. Wilcox"
"1925 - Draumur og draumaverk H.A. Wilcox"
"7 Thomas St., Providence, Road Island"
"7 Thomas St., Providence, Road Island"
And the second manuscript was titled the following:
Og annað handritið bar eftirfarandi titil:
"Narrative of Inspector John R. Legrasse"
„Frásögn lögreglumannsins John R. Legrasse "
"121 Bienville St., New Orleans, 1908 Meetings."
"Bienville-stræti 121, New Orleans, fundir árið 1908."
"Notes on Same, & Prof. Webb's account of events"
„Athugasemdir um sama efni og frásögn prófessors Webbs af atburðunum"
The other manuscript papers were all brief notes.
Hin handritin voru öll stuttar athugasemdir.
Some manuscripts described the queer dreams of different persons.
Sum handrit lýstu undarlegum draumum ólíkra einstaklinga.
Some manuscripts cited from theosophical books and magazines.
Sum handrit vitnuð í guðspekilegar bækur og tímarit.
Notably, most of these citations were from W. Scott-Eliott.
Athyglisvert er að flestar þessar tilvitnanir voru eftir W. Scott-Eliott.
Mainly the notes referenced Atlantis and the Lost Lemuria.
Aðallega vísuðu glósurnar til Atlantis og Týnda Lemúríu.
The other notes commented on long-surviving secret societies.
Í hinum minnispunktunum var minnst á leynifélög sem höfðu lengi verið til.
Hidden cults that may or may not still exist somewhere.
Falin sértrúarsöfnuðir sem kunna að vera til einhvers staðar enn eða ekki.
Two books seemed to provide most of the information;
Tvær bækur virtust veita flestar upplýsingarnar;
Miss Murray's Witch-Cult in Western Europe.

Galdradýrkun fröken Murray í Vestur-Evrópu.
This book thoroughly detailed Mythological sources.
Þessi bók fjallar ítarlega um goðafræðilegar heimildir.
And Frazer's Golden Bough provided anthropological sources.
Og Gullna grein Frazers veitti mannfræðilegar heimildir.

***

***

The cuttings largely alluded to outré mental illnesses.
Úrklippurnar vísuðu að mestu leyti til geðsjúkdóma.
Outbreaks of group folly and mania in the spring of 1925.
Útbrot hópfíflsku og oflætis vorið 1925.
The first half of the manuscript told a very peculiar tale.
Fyrri helmingur handritsins sagði mjög sérkennilega sögu.
1925, the 1st of March, a thin dark young man came to my uncle.
1. mars 1925 kom grannur, dökkhærður ungur maður til frænda míns.
The manuscript describes his neurotic and excited aspect.
Handritið lýsir taugaveikluðum og spenntum eiginleika hans.
And he bore with him the strange bas-relief.
Og hann bar með sér þessa undarlegu lágmynd.
At that time the bas-relief was exceedingly damp and fresh.
Á þeim tíma var lágmyndin afar rak og fersk.
His card bore the name of Henry Anthony Wilcox.
Á kortinu hans stóð Henry Anthony Wilcox.
And my uncle had slightly recognized who he was.
Og frændi minn hafði aðeins þekkt hver hann var.
He was the youngest son of an excellent family.
Hann var yngsti sonur góðrar fjölskyldu.
Latterly he had been studying sculpture at Rhode Island.
Síðastliðinn tíma hafði hann verið að læra höggmyndalist í Rhode Island.
He lived alone at the Fleur-de-Lys Building.
Hann bjó einn í Fleur-de-Lys byggingunni.

His residences were near the university.
Heimili hans var nálægt háskólanum.
Wilcox was a precocious youth of known genius.
Wilcox var snemmbúinn unglingur sem var þekktur fyrir
snilligáfu.
But he was also known for his great eccentricity.
En hann var einnig þekktur fyrir mikla sérvitring.
From childhood he had excited the attention of others.
Frá barnæsku hafði hann vakið athygli annarra.
He told of strange stories no one had told him about.
Hann sagði frá undarlegum sögum sem enginn hafði sagt
honum frá.
And he was in the habit of relating strange dreams.
Og hann var vanur að segja frá undarlegum draumum.
He described himself as "psychically hypersensitive".
Hann lýsti sjálfum sér sem „geðrænt ofurnæman".
But those around him had other descriptions for him.
En þeir sem voru í kringum hann höfðu aðrar lýsingar á
honum.
They were staid folk of the ancient commercial city.
Þau voru stöðugt fólk frá hinni fornu verslunarborg.
And they dismissed him as merely strange and "queer".
Og þeir afgreiddu hann sem einungis undarlegan og
„undarlegan".
And so he never mingled much with his kind.
Og því umgekkst hann aldrei mikið kynni sín.
And he had dropped gradually from social visibility.
Og hann hafði smám saman dottið úr félagslegri sýnileika.
Now he is known only to a small group of esthetes.
Nú er hann aðeins þekktur fámennum hópi fagurfræðinga.
And those who knew him came mostly from other towns.
Og þeir sem þekktu hann komu að mestu leyti úr öðrum
bæjum.
Even the Providence art club had found him quite hopeless.
Jafnvel listaklúbburinn í Providence hafði talið hann alveg
vonlausan.
Of course they were anxious to preserve their conservatism.

Auðvitað voru þeir ákafir að varðveita íhaldsstefnu sína.

***

***

The professor's manuscript continued to describe the visit.
Handrit prófessorsins hélt áfram að lýsa heimsókninni.
The sculptor abruptly asked for his host's archeological knowledge.
Myndhöggvarinn spurði skyndilega um fornleifafræðilega þekkingu gestgjafa síns.
He wanted him to identify the hieroglyphics on the bas-relief.
Hann vildi að hann greindi hieroglyfin á lágmyndinni.
He spoke in a dreamy and rather stilted manner.
Hann talaði á draumkenndan og frekar stinnan hátt.
His speech suggested pose and alienated sympathy.
Ræða hans gaf til kynna stellingu og útilokaði samúð.
And my uncle showed some sharpness in his reply.
Og frændi minn sýndi nokkra hvassa í svari sínu.
Because the bas-relief was still conspicuously freshness.
Vegna þess að lágmyndin var enn áberandi ferskleiki.
So there was no need for any kinship with archeology.
Það var því engin þörf á neinu skyldleika við fornleifafræði.
Young Wilcox's rejoinder was of a fantastically poetic cast.
Svar unga Wilcox var af einstaklega ljóðrænum toga.
My uncle must have been impressed with the reply.
Frændi minn hlýtur að hafa verið hrifinn af svarinu.
And he recorded the reply of Wilcox verbatim.
Og hann skráði svar Wilcox orðrétt.
"The bas-relief is indeed still conspicuously fresh."
„Lágmyndin er sannarlega enn áberandi fersk."
"Because I made this bas-relief last night, after a dream."
„Vegna þess að ég bjó til þessa lágmynd í nótt, eftir draum."
"A dream of strange cities and stranger people."
"Draumur um framandi borgir og framandi fólk."
"And dreams are older than brooding Tyros."

„Og draumar eru eldri en grunsamlegur Týros."
"Dreams are older than the contemplative Sphinx."
„Draumar eru eldri en hugleiðandi Sfinxinn."
"And dreams are older than the garden-girdled Babylon."
„Og draumar eru eldri en Babýlon, sem girt var með görðum."
This type of speech turned out to be characteristic of him.
Þessi tegund tals reyndist einkenna hann.
It was then that he began that rambling tale.
Þá hóf hann þessa flóknu sögu.
The tale which suddenly played upon a sleeping memory.
Sagan sem skyndilega lék við sofandi minningu.
The tale that won the fevered interest of my uncle.
Sagan sem vakti brennandi áhuga frænda míns.

***

***

There had been a slight earthquake tremor the night before.
Það hafði verið lítill jarðskjálfti nóttina áður.
The most considerable tremor New England had felt for some years.
Mesti skjálftinn sem Nýja-England hafði fundið fyrir í nokkur ár.
Wilcox's imagination had been keenly affected by the earthquake.
Ímyndunarafl Wilcox hafði orðið fyrir miklum áhrifum af jarðskjálftanum.
He had had an unprecedented dream of great Cyclopean cities.
Hann hafði dreymt um fordæmalausan draum um stórborgir á Kýklópíu.
He dreamed of Titan blocks and sky-flung monoliths.
Hann dreymdi um Títanblokkir og himinháar einsteiningar.
All the architecture was dripping with green ooze.
Öll byggingarlistin var þökt af grænum seyti.
And his dreams were sinister with latent horror.
Og draumar hans voru illgjarnir með leyndum hryllingi.

Hieroglyphics had covered the walls and pillars.
Hieróglýfur höfðu hulið veggi og súlur.
From somewhere underneath there came a sound.
Einhvers staðar undan heyrðist hljóð.
The sound was of a voice, but it was not a voice.
Hljóðið var af rödd, en það var ekki rödd.
A chaotic sensation which only fancy could transmute into sound.
Kaotisk tilfinning sem aðeins ímyndunaraflið gæti umbreytt í hljóð.
He attempted to say the almost unpronounceable word.
Hann reyndi að segja orðið, sem var næstum óframburðarhæft.
A jumble of unlikely letters; "Cthulhu fhtagn".
Rugl af ólíklegum bókstöfum; "Cthulhu fhtagn ".
This verbal jumble was the key to my uncle's recollection.
Þessi munnlegi ruglingur var lykillinn að minningum frænda míns.
This strange sound excited and disturbed Professor Angell.
Þetta undarlega hljóð vakti spennu og óróa prófessor Angell.
He questioned the sculptor with scientific minuteness.
Hann spurði myndhöggvarann út í þetta af vísindalegri nákvæmni.
He studied the bas-relief with almost frantic intensity.
Hann virti fyrir sér lágmyndina af næstum ofsafenginni ákefð.
My uncle blamed his old age, Wilcox afterward said.
Frændi minn kenndi ellinni um, sagði Wilcox síðar.
In his younger days he would have recognized the hieroglyphics.
Á yngri árum hefði hann þekkt hieroglyfin.
The pictorial design wouldn't have puzzled his sharper mind.
Myndræna hönnunin hefði ekki ruglað skarpari huga hans.
Many of his questions seemed highly out of place to his visitor.
Margar af spurningum hans virtust afar óviðeigandi í augum gestsins.

He tried to connect him to strange mythological cults.
Hann reyndi að tengja hann við undarlegar
goðafræðitrúarbrögð.
He tried to get him to admit affiliation to secret societies.
Hann reyndi að fá hann til að viðurkenna aðild að
leynifélögum.
My uncle even promised to keep his visitor's secret.
Frændi minn lofaði meira að segja að halda leyndarmáli
gestsins.
"Are you not part of a widespread mystical group?"
"Ert þú ekki hluti af útbreiddum dulspekingahópi?"
"Are you not a member of a paganly religious body?"
"Ert þú ekki meðlimur í heiðnum trúarhópi?"
**Eventually he became convinced the sculptor wasn't a
member.**
Að lokum sannfærðist hann um að myndhöggvarinn væri
ekki meðlimur.
He was indeed ignorant of any cult or system of cryptic lore.
Hann var sannarlega fáfróður um neina sértrúarsöfnuði eða
dularfullt kerfi goðsagna.
**He besieged his visitor with demands for future reports of
dreams.**
Hann settist um gesti sinn og krafðist þess að fá að segja frá
draumum sínum í framtíðinni.
This strange request bore regular and interesting fruit.
Þessi undarlega beiðni bar reglulega og áhugaverða ávöxt.

***

***

After the first interview the manuscript records daily calls.
Eftir fyrsta viðtalið skráir handritið dagleg símtöl.
He related startling fragments of nocturnal imagery.
Hann sagði frá óvæntum brotum úr næturmyndum.
There were always the same themes in his dreams.
Það voru alltaf sömu þemun í draumum hans.
A terrible Cyclopean vista of dark and dripping stone.

Hræðileg Kýklópísk sýn af dökkum og lekandi steini.
**A subterranean voice or intelligence shouting
monotonously.**
Neðanjarðarrödd eða greind sem hrópar eintóna.
Two sounds seemed to repeat themselves in his dreams.
Tvö hljóð virtust endurtaka sig í draumum hans.
But these sounds were as enigmatic as the other sounds.
En þessi hljóð voru jafn dularfull og hin hljóðin.
**The sounds can only be rendered by the letters "Cthulhu"
and "R'lyeh".**
Hljóðin er aðeins hægt að tákna með bókstöfunum „Cthulhu"
og „ R'lyeh ".
**On March 23rd, the manuscript continued, Wilcox failed to
come.**
Þann 23. mars hélt handritið áfram en Wilcox mætti ekki.
My uncle made inquiries at the quarters of his whereabouts.
Frændi minn spurðist fyrir í hverfunum þar sem hann væri
niðurkominn.
**That night he had been stricken with an obscure sort of
fever.**
Um nóttina hafði hann fengið óþekkta tegund af hita.
**And he was taken to the home of his family in Waterman
Street.**
Og hann var fluttur heim til fjölskyldu sinnar í Waterman-
stræti.
That night he had cried out in one of his dreams.
Um nóttina hafði hann hrópað upp í einum af draumum
sínum.
His cries aroused several other artists in the building.
Grátur hans vakti upp læti nokkra aðra listamenn í
byggingunni.
**And he was between alternations of unconsciousness and
delirium.**
Og hann var á milli meðvitundarleysis og ofskynjunar til
skiptis.
My uncle at once telephoned the family of Wilcox.
Frændi minn hringdi þegar í stað í fjölskyldu Wilcox.

And from that time forward he kept close watch of the case.
Og frá þeim tíma fylgdist hann grannt með málinu.
He called often at the Thayer Street office of Dr. Tobey.
Hann kom oft á skrifstofu Dr. Tobey á Thayer-stræti.
Dr. Tobey was in charge of the patient's condition.
Dr. Tobey hafði umsjón með ástandi sjúklingsins.
The youth's febrile mind was dwelling on strange things.
Hiti í huga unga fólksins var að velta fyrir sér undarlegum
hlutum.
The doctor shuddered now and then as he spoke of the
dreams.
Læknirinn skalf öðru hvoru er hann talaði um draumana.
The dreams repeated a lot of the earlier themes.
Draumarnir endurtóku mörg af fyrri þemunum.
But now his dreams made mention of something new.
En nú minntust draumar hans á eitthvað nýtt.
A gigantic thing "a miles high" which walked, or lumbered
about.
Risavaxin fyrirbæri „mílu hátt" sem gekk eða þvældist um.
He at no time fully described this object in any detail.
Hann lýsti þessu fyrirbæri aldrei ítarlega.
But Dr. Tobey relayed the frantic words of his patient.
En Dr. Tobey endurtók örvæntingarfull orð sjúklings síns.
And the professor became increasingly certain of what it
was.
Og prófessorinn varð æ vissari um hvað það væri.
The nameless monstrosity he had sought to depict in his
sculpture.
Nafnlausa skrímslið sem hann hafði reynt að lýsa í höggmynd
sinni.
The doctor had mentioned the bas-relief he had made.
Læknirinn hafði minnst á lágmyndina sem hann hafði búið til.
This mention preludes the young man's subsidence into
lethargy.
Þessi umtal gefur til kynna að ungi maðurinn falli í dvala.
His temperature, oddly enough, was not greatly above
normal.

Hiti hans, undarlega nóg, var ekki mikið yfir meðallagi.
But his general condition suggested he was in a fever.
En almennt ástand hans benti til þess að hann væri með hita.
A fever, as opposed to being in the grasp of a mental disorder.
Hiti, öfugt við að vera í klóm geðröskunar.

***

***

On April 2nd at about 3 p.m. the fever came to an end.
Um klukkan þrjú síðdegis þann 2. apríl gekk hitinn yfir.
Every trace of Wilcox's malady suddenly ceased.
Öll ummerki um sjúkdóm Wilcox hurfu skyndilega.
He sat upright in bed as if waking up from regular sleep.
Hann sat uppréttur í rúminu eins og hann væri að vakna úr venjulegum svefni.
He was astonished to find himself at his parents' home.
Hann varð undrandi að vera kominn heim til foreldra sinna.
And he was completely ignorant of what had happened.
Og hann var algjörlega ókunnugur því sem hafði gerst.
Neither dream nor reality had made an impression on his mind.
Hvorki draumur né veruleiki höfðu sett svip sinn á huga hans.
Dr. Tobey pronounced him fit to be dismissed from his care.
Dr. Tobey úrskurðaði að hann væri hæfur til að vera leystur úr umsjá sinni.
And he returned to his quarters three days later.
Og hann sneri aftur til vistarvera sinna þremur dögum síðar.
But to Professor Angell he was of no further assistance.
En prófessor Angell var hann ekki frekari hjálplegur.
All traces of strange dreaming had vanished with his recovery.
Öll ummerki um undarlega drauma voru horfin með bata hans.
For a week he recounted irrelevant and thoroughly usual visions.

Í heila viku sagði hann frá óviðkomandi og fullkomlega
venjulegar sýnir.
And my uncle kept no further record of his night-thoughts.
Og frændi minn hélt ekki frekari skrá yfir hugsanir sínar á
næturnar.
At this point the first part of the manuscript ended.
Á þessum tímapunkti lauk fyrri hluta handritsins.
But my research was still anything but concluded.
En rannsókn mín var samt langt frá því að vera lokið.
References to scattered notes helped piece things together.
Tilvísanir í dreifðar glósur hjálpuðu til við að púsla hlutunum
saman.
And there was more than enough material for thought.
Og þar var meira en nóg efni til umhugsunar.
My distrust of the artist had still not subsided.
Vantraust mitt á listamanninum hafði enn ekki dofnað.
But this was largely a result of my ingrained skepticism.
En þetta var að miklu leyti afleiðing af djúpstæðri efasemd
minni.
The notes described the dreams of various persons.
Í glósunum var lýst draumum ýmissa einstaklinga.
**These dreams all occurred while young Wilcox was in his
fever.**
Þessir draumar áttu sér allir stað á meðan ungi Wilcox var
með hita.
My uncle, it seems, wasted no time in collecting the data.
Frændi minn virðist hafa ekki sóað tíma í að safna gögnunum.
**He had quickly instituted a prodigiously far-flung body of
inquiries.**
Hann hafði fljótt hafið gríðarlega umfangsmiklar rannsóknir.
Any friend that didn't show impertinence he questioned.
Hann spurði hvern þann vin sem ekki sýndi ósvífni.
He requested from them nightly reports of their dreams.
Hann bað þá um að gefa skýrslur um drauma þeirra á hverju
kvöldi.
And he asked if they had had any notable visions of late.

Og hann spurði hvort þau hefðu séð einhverjar athyglisverðar
sýnir að undanförnu.
The reception of his request seems to have been varied.
Viðtökur við beiðni hans virðast hafa verið misjafnar.
But there was certainly no shortage in replies.
En það vantaði svo sannarlega ekki svörin.
No ordinary man could have handled the replies alone.
Enginn venjulegur maður hefði getað tekist á við svörin einn.
The original correspondences were not preserved.
Upprunalegu bréfaskriftirnar voru ekki varðveittar.
But his notes formed a thorough and significant digest.
En glósur hans mynduðu ítarlega og þýðingarmikla
samantekt.

***

***

Initially he had approached average people in society.
Í upphafi hafði hann nálgast venjulegt fólk í samfélaginu.
New England's traditional "salt of the earth".
Hefðbundið „salt jarðar" í Nýja-Englandi.
But this group gave an almost completely negative result.
En þessi hópur gaf næstum algjörlega neikvæða niðurstöðu.
Though there were some exceptions to this group too.
Þó að það væru líka nokkrar undantekningar frá þessum hópi.
**Scattered cases of uneasy but formless nocturnal
impressions.**
Dreifð tilvik af órólegum en formlausum næturímyndum.
**Their reports were always between March 23rd and April
2nd.**
Skýrslur þeirra voru alltaf á milli 23. mars og 2. apríl.
**This aligned with the same period of young Wilcox's
delirium.**
Þetta var í samræmi við sama tímabil og unga Wilcox var með
oflæti.
Men of science had been only a little more affected.
Vísindamenn höfðu aðeins orðið fyrir örlítið meiri áhrifum.

Though four cases of vague description were of interest.
Þótt fjögur tilvik með óljósri lýsingu væru áhugaverð.
They had had fugitive glimpses of strange landscapes.
Þau höfðu fengið flóttamannssýn í undarlegt landslag.
**And in one case a dread of something abnormal was
mentioned.**
Og í einu tilviki var minnst á ótta við eitthvað óeðlilegt.
**It was from the artists and poets that the pertinent answers
came.**
Það var frá listamönnunum og skáldunum sem viðeigandi
svör komu.
It is a blessing no one had been able to compare notes.
Það er blessun að enginn hafi getað borið saman glósur.
**Panic would have broken loose had they shared their
visions.**
Ótti hefði brotist út ef þeir hefðu deilt sýn sinni.
This, however, did not dispel my ingrained skepticism.
Þetta eyddi þó ekki rótgrónum efasemdum mínum.
**Others might have come to mythical conclusions much
quicker.**
Aðrir hefðu kannski komist að goðsagnakenndum
niðurstöðum mun hraðar.
But the original letters were lacking from the notes.
En upprunalegu bréfin vantaði í minnispunktana.
**I half suspected the compiler of having asked leading
questions.**
Ég grunaði hálfpartinn að þýðandinn hefði spurt leiðandi
spurninga.
Or perhaps the correspondences weren't entirely original.
Eða kannski voru bréfaskriftirnar ekki alveg frumlegar.
Perhaps my uncle had resolved to confirm Wilcox's dreams.
Kannski hafði frændi minn ákveðið að staðfesta drauma
Wilcox.
That is why I continued to feel suspicious of the sculptor.
Þess vegna hélt ég áfram að gruna myndhöggvarann.
Perhaps he was still cognizant of my uncle's old data.
Kannski vissi hann enn um gömlu gögn frænda míns.

Perhaps he had been imposing on the veteran scientist.
Kannski hafði hann verið að þröngva upp á reynda
vísindamanninn.
Nonetheless, the corroborating data had to be investigated.
Engu að síður þurfti að rannsaka staðfestandi gögnin.

***

***

The responses from the esthetes told a disturbing tale.
Viðbrögð fagurfræðinganna sögðu óhugnanlega sögu.
From February 28th to April 2nd their dreams aligned.
Frá 28. febrúar til 2. apríl samræmdust draumar þeirra.
**And a large proportion of them had dreamed very bizarre
things.**
Og stór hluti þeirra hafði dreymt mjög furðulega hluti.
**The timing of the intensity of their dreams was also of
interest.**
Tímasetning styrkleika drauma þeirra var einnig áhugaverð.
The period of the sculptor's delirium marked a highpoint.
Tímabil óráðs myndhöggvarans markaði hápunkt.
**The intensity of their dreams were immeasurably the
stronger.**
Styrkur drauma þeirra var ómælanlega sterkari.
**Over a quarter reported unfamiliar and unpronounceable
sounds.**
Yfir fjórðungur greindi frá ókunnuglegum og
óframburðarhæfum hljóðum.
Noises not dissimilar to what Wilcox had also described.
Hávaði ekki ósvipaður því sem Wilcox hafði einnig lýst.
**Some described highly elaborate and impossible
architecture.**
Sumir lýstu mjög flókinni og ómögulegri byggingarlist.
And some of the dreamers confessed to an acute fear.
Og sumir draumamannanna játuðu að þeir hefðu fundið fyrir
miklum ótta.
Like Wilcox, they had seen some gigantic nameless thing.

Eins og Wilcox höfðu þeir séð einhvern risavaxinn nafnlausan fyrirbæri.

One case, which the note describes with emphasis, was very sad.

Eitt tilfelli, sem minnismiðinn lýsir með áherslu, var mjög dapurlegt.

The subject was a widely known architect of the region.

Viðfangsefnið var þekktur arkitekt á svæðinu.

He too had leanings toward theosophy and occultism.

Hann hafði einnig tilhneigingu til guðspeki og dulspeki.

This man went violently insane on March the 22nd.

Þessi maður varð stórkostlega geðveikur þann 22. mars.

The exact same date of young Wilcox's seizure.

Nákvæmlega sami dagsetning og unga Wilcox var haldinn.

He expired several months later, after incessant screaming.

Hann lést nokkrum mánuðum síðar, eftir stöðugt öskur.

He begged to be saved from some escaped denizen of hell.

Hann bað um að vera bjargaður frá einhverjum flóttamanni helvítis.

Regrettably, my uncle did not refer to these cases by name.

Því miður nefndi frændi minn þessi mál ekki með nafni.

Instead, all studies were given nothing more than a number.

Í staðinn fengu allar rannsóknir ekkert meira en númer.

This way I was limited in attempting any personal investigation.

Þannig var ég takmörkuð í að reyna að rannsaka mig sjálfur.

And corroborating the evidence further was demanding.

Og það var krefjandi að staðfesta sönnunargögnin frekar.

But finally I did succeed in tracing down some cases.

En loksins tókst mér að rekja nokkur mál.

I should have trusted the notes from my uncle.

Ég hefði átt að treysta minnispunktunum frá frænda mínum.

They reported their dreams true to their reports.

Þau sögðu frá því að draumar þeirra væru sannir samkvæmt skýrslum sínum.

I have often wondered what they thought the questioning meant.

Ég hef oft velt því fyrir mér hvað þeir héldu að spurningarnar
þýddu.

It is for the best that no explanation shall ever reach them.

Það er best að engin skýring berist þeim nokkurn tímann.

***

***

**As I have mentioned, my uncle also collected press
clippings.**

Eins og ég hef nefnt safnaði frændi minn einnig úrklippum úr
blöðum.

These press clippings corresponded to the dates in question.

Þessir fréttaúrklippur samsvöruðu umræddum
dagsetningum.

The sources were scattered throughout the globe.

Heimildirnar voru dreifðar um allan heim.

Professor Angell must have employed a cutting bureau.

Prófessor Angell hlýtur að hafa ráðið skurðarstofu.

Because the number of extracts was tremendous.

Vegna þess að fjöldi útdráttanna var gríðarlegur.

There was a parallel to this part of his research.

Það var samsíða við þennan hluta rannsókna hans.

Cases of panic, mania, and eccentricity.

Tilfelli af læti, oflæti og sérvitringi.

One case was a nocturnal suicide in London.

Eitt tilfellið var sjálfsvíg sem framið var á nóttunni í London.

**A lone sleeper had leaped from a window after a shocking
cry.**

Einmana sofandi hafði stokkið út um glugga eftir að hafa
hryllt sig við óp.

A rambling letter to the editor of a paper in South America.

Óljóst bréf til ritstjóra blaðs í Suður-Ameríku.

A fanatic deduces a dire future from visions he had had.

Ofstækismaður ályktar að framtíðin sé dapurleg út frá sýnum
sem hann hafði fengið.

A dispatch from California describes a theosophist colony.

Frétt frá Kaliforníu lýsir guðspekanýlendu.

They donned white robes en masse for some "glorious fulfilment".

Þau klæddust hvítum skikkjum í fjöldann til að fá einhverja „dýrlega uppfyllingu".

Although that "glorious fulfilment" never arose.

Þó að sú „dýrlega uppfylling" hafi aldrei átt sér stað.

There seems to be serious unrest from the natives in India.

Virðist vera mikill órói meðal innfæddra á Indlandi.

Voodoo orgies multiplied in Haiti.

Vúdú-orgíur fjölguðu sér á Haítí.

African outposts report ominous mutterings.

Afrískar útvörður greina frá ógnvænlegum muldri.

American officers in the Philippines find certain tribes bothersome.

Bandarískir yfirmenn á Filippseyjum finna ákveðnar ættbálka óþægilegar.

New York policemen are mobbed by hysterical Levantines.

Lögreglumenn í New York eru undir miklum álagi af æstum Levantínumönnum.

This occurred exactly on the night of March 22-23.

Þetta gerðist nákvæmlega nóttina 22. til 23. mars.

The west of Ireland, too, was full of wild rumor and legendry.

Vesturhluti Írlands var einnig fullur af villtum sögusögnum og þjóðsögum.

A fantastic painter named Ardois-Bonnot made the news in France.

Frábær listmálari að nafni Ardois-Bonnot komst í fréttirnar í Frakklandi.

He hung a blasphemous dream landscape in the Paris spring salon.

Hann hengdi upp guðlastandi draumalandslag í vorsalongeni í París.

The recorded troubles in insane asylums were immeasurable.

Skráð vandamál á geðsjúkrahúsum voru ómælanleg.

A miracle must have kept the medical fraternities unsuspecting.
Kraftaverk hlýtur að hafa haldið læknasamtökunum grunlausum.
But they never noted the strange parallelisms of the cases.
En þeir tóku aldrei eftir hinum undarlegu samsvörun milli málanna.
Else they too would have come to mystified conclusions.
Annars hefðu þeir líka komist að undarlegum ályktunum.
I must confess these were indeed a set of weird paper cuttings.
Ég verð að viðurkenna að þetta voru sannarlega skrýtin pappírsúrklippur.
My uncle had put forward a convincing argument.
Frændi minn hafði lagt fram sannfærandi rök.
I can't explain how I set the evidence aside.
Ég get ekki útskýrt hvernig ég lagði sönnunargögnin til hliðar.
But my callous rationalism took the upper hand.
En mín tilfinningalausa rökhyggja tók yfirhöndina.
And I was still suspicious of the young sculptor, Wilcox.
Og ég var enn tortrygginn gagnvart unga myndhöggvaranum, Wilcox.
He must have known of the older matters mentioned by the professor.
Hann hlýtur að hafa vitað af þeim eldri málum sem prófessorinn nefndi.

The Tale of Inspecter Legrasse
Sagan um eftirlitsmann Legrasse

Let me turn your attention away from the young sculptor.
Leyfðu mér að beina athygli þinni frá unga
myndhöggvaranum.
And let us focus on the second half of the manuscript.
Og við skulum einbeita okkur að seinni helmingi handritsins.
A few dreams alone would not have been so significant.
Fáeinir draumar einir og sér hefðu ekki verið svo
þýðingarmiklir.
The bas-relief could have been dismissed as a hoax.
Lágmyndina hefði mátt afgreiða sem blekkingu.
But my uncle had previously been primed to take interest.
En frændi minn hafði áður verið tilbúinn til að sýna áhuga.
Wilcox's dream seemed to have a link to past events.
Draumur Wilcox virtist tengjast fyrri atburðum.
It wasn't the first time that he had heard that word.
Þetta var ekki í fyrsta skipti sem hann hafði heyrt þetta orð.
The ominous syllables perhaps written as "Cthulhu".
Ógnvænlegu atkvæðin kannski skrifuð sem „Cthulhu".
He had seen and heard of similar descriptions before.
Hann hafði séð og heyrt svipaðar lýsingar áður.
The hellish outlines of the nameless monstrosity.
Helvítis útlínur nafnlausu skrímslisins.
He had previously puzzled over the same hieroglyphics.
Hann hafði áður velt fyrir sér sömu hieroglyfjunum.
All this produced a horrible connection of events.
Allt þetta skapaði hræðilega tengingu atburða.
It is no wonder he pursued young Wilcox with queries.
Það er engin furða að hann elti unga Wilcox uppi með
spurningum.
And we must not be surprised he interrogated Wilcox so.
Og það ætti ekki að koma okkur á óvart að hann yfirheyrði
Wilcox svona.
This earlier experience had come in the year of 1908.
Þessi fyrri reynsla hafði átt sér stað árið 1908.

Seventeen years before Wilcox came to my great-uncle.
Sautján árum áður en Wilcox kom til langaföður míns.
The archeological society were meeting in St. Louis.
Fornleifafélagið var að hittast í St. Louis.
Professor Angell had a prominent part in the deliberations.
Prófessor Angell gegndi áberandi hlutverki í umræðunum.
His responsibilities befitted one of his authority.
Ábyrgð hans sæmdi einhverju af hans valdi .
He was one of the first to be approached by several outsiders.
Hann var einn af fyrstu sem nokkrir utanaðkomandi aðilar höfðu samband við.
They took advantage of the convocation to offer questions.
Þau nýttu sér tækifærið til að bera fram spurningar.
They hoped for correct answering from an expert.
Þau vonuðust eftir réttu svari frá sérfræðingi.
They each had very peculiar types of problems.
Þau áttu hvert og eitt við mjög sérstök vandamál að stríða.
And they required very different types of solutions.
Og þeir þurftu mjög mismunandi lausnir.
The chief of these was a common-looking middle-aged man.
Æðsti þeirra var venjulegur maður á miðjum aldri.
And he quickly became the meeting's focus of interest.
Og hann varð fljótt aðaláhersla fundarins.

***

***

He had traveled to St. Louis all the way from New Orleans.
Hann hafði ferðast alla leið frá New Orleans til St. Louis.
He had come to the meeting for special information.
Hann var kominn á fundinn til að fá sérstakar upplýsingar.
Knowledge that could not be unobtained from local source.
Þekking sem ekki var hægt að fá án þess að hún kæmi úr staðbundnum aðilum.
His name was John Raymond Legrasse, police inspector.
Hann hét John Raymond Legrasse, lögreglustjóri.

He bore with him the mysterious subject of his inquiries.
Hann bar með sér hið dularfulla efni spurninga sinna.
A grotesque and apparently very ancient stone statuette.
Grótesk og greinilega mjög gömul steinstytta.
A statuette whose origin no one had been able to determine.
Stytta sem enginn hafði getað ákvarðað uppruna sinn.
But don't assume Inspector Legrasse was an archeologist.
En gerið ekki ráð fyrir að rannsóknarlögreglumaðurinn
Legrasse hafi verið fornleifafræðingur.
He had very little interest in archeology, nor mythology.
Hann hafði mjög lítinn áhuga á fornleifafræði né goðafræði.
His wish for enlightenment had rather different
motivations.
Ósk hans um uppljómun hafði nokkuð aðrar ástæður.
He was prompted to come by purely professional
considerations.
Hann var knúinn til að koma af eingöngu faglegum ástæðum.
The statuette had been captured as part of a police raid.
Styttan hafði verið tekin í kjölfar áhlaups lögreglu.
Although whether it was even a statuette wasn't determined.
Þótt ekki hafi verið ákvarðað hvort um styttu hafi verið að
ræða.
It could also have been an idol, magic fetish, or charm.
Það gæti líka hafa verið skurðgoð, töfrafetisj eða sjarmatöfra.
Whatever it was, it had been captured some months
previously.
Hvað sem það var, þá hafði það verið tekið fyrir nokkrum
mánuðum áður.
A meeting was being held in the wooded swamps of New
Orleans.
Fundur var haldinn í skógi vöxnum mýrum New Orleans.
The police had been tipped of about a supposed voodoo
meeting.
Lögreglunni hafði verið bent á að um meintan vúdú-fund væri
að ræða.
Strange and hideous rites connected with the voodoo circle.
Undarlegar og hræðilegar helgisiðir tengdar vúdúhringnum.

The police could not but realize what they had stumbled on.
Lögreglan gat ekki annað en áttað sig á því hvað hún hafði
rekist á.
A dark cult previously totally unknown to the authorities.
Myrkur sértrúarsöfnuður sem yfirvöldum var áður algerlega
ókunnur.
Infinitely more sinister than what an outsider could expect.
Óendanlega ógnvænlegra en útlendingur gæti búist við.
More diabolic than the blackest of the African voodoo
circles.
Meira djöfullegt en svartustu afrísku vúdúhringirnir.
Unbelievable tales were extorted from the captured cult
members.
Ótrúlegar sögur voru kúgaðar út úr hinum handteknu
sértrúarsöfnuðarmeðlimum.
But nothing of the relic's origin could be discovered.
En ekkert fannst um uppruna minjanna.
Hence the anxiety of the police for any antiquarian lore.
Þess vegna óttast lögreglan að vita af fornleifafræði.
Ancient mythology might explain the frightful symbol.
Forn goðafræði gæti útskýrt hræðilega táknið.
Deeper knowledge could perhaps track the fountain-head.
Dýpri þekking gæti kannski rakið uppsprettu þessarar
atburðarásar.
Inspector Legrasse was not prepared for the excitement he
created.
Rannsóknarlögreglumaðurinn Legrasse var ekki undirbúinn
fyrir spennuna sem hann skapaði.
One sight of the mysterious object was all that was required.
Ein sýn á dularfulla hlutinn var allt sem þurfti.
The assembled men of science were filled with curiosity.
Vísindamennirnir sem voru saman komnir voru fullir forvitni.
They lost no time in crowding closely around the inspector.
Þau misstu engan tíma í að þröngva sér upp í kringum
rannsóknarlögreglumanninn.
And they all tried to get the best look at the diminutive
figure.

Og þau reyndu öll að fá sem besta sýn á smækkaða persónuna.

***
***

The genuinely abysmal antiquity inspired wild imagination.
Hin sannarlega djúpstæða fornöld vakti villta ímyndunarafl.
The strangeness hinted so potently at unopened and archaic vistas.
Undarleikinn gaf svo sterklega vísbendingu um óopnuð og fornleg sjónarmið.
No recognized school of sculpture had animated this terrible object.
Enginn viðurkenndur höggmyndaskóli hafði lífgað þennan hræðilega hlut.
Yet centuries seemed recorded in the dim and greenish surface.
Samt virtust aldir skráðar í dimma og grænleita yfirborðinu.
Perhaps thousands of years were hidden in this unplaceable stone.
Kannski voru þúsundir ára falin í þessum óstaðfesta steini.
The figurine was finally passed slowly from man to man.
Styttan var að lokum gefin hægt og rólega frá manni til manns.
Each scientist carefully studied the strange markings of the stone.
Hver vísindamaður rannsakaði vandlega hin undarlegu merki steinsins.
The work was between seven and eight inches in height.
Verkið var á milli sjö og átta tommur á hæð.
And the exquisite artistic workmanship must be noted.
Og það verður að taka fram hið einstaka listfengi.
The carvings represented a monster of vaguely anthropoid outline.
Útskurðirnir voru dæmigerðir fyrir skrímsli með óljósum mannlegum útlínum.

On the face of the octopus-esque head was a mass of feelers.

Á andliti kolkrabba- líks höfuðsins var fjöldi tilfinninga.

Prodigious claws on hind and fore feet protruded from the body.

Risastórar klær á aftur- og framfótum stóðu út úr líkamanum.

The bloated corpulence had a rubbery looking quality to it.

Uppþembaða fitan hafði eitthvað gúmmíkennt útlit.

And from behind the rubbery body came out two narrow wings.

Og aftan við gúmmíkennda líkamann komu út tveir mjóir vængir.

It would be instinctual to think of this thing as fearsome.

Það væri eðlislægt að líta á þetta sem ógnvekjandi.

There was an unnatural malignancy to the aura of the creature.

Það var óeðlileg illkynja áferð í áru verunnar.

The gargantuan squatted evilly on a rectangular block.

Risavaxinn kraup illilega á rétthyrndan reit.

The pedestal it was on was covered with undecipherable characters.

Pallurinn sem það stóð á var þakinn óráðanlegum stöfum.

The tips of the wings touched the back edge of the block.

Vængjaoddarnir snertu aftari brún kubbana.

The creature was sitting on the middle of the giant block.

Veran sat á miðjum risastórum kubbnum.

Its legs were doubled up under its monstrous body.

Fætur þess voru tvöfaldir undir skrímslalíkamanum.

The long, curved claws gripped the front edge of the cliff.

Langar, bogadregnar klærnar gripu í fremri brún klettabrúnarinnar.

The cephalopod head was bent forward, observing its kingdom.

Höfuð smokkfisksins var beygt fram og fylgdist með ríki sínu.

The ends of the facial feelers brushed the backs of huge forepaws.

Endar andlitsþreifaranna nuddu aftan á risastórum framfótum.

And the forepaws clasped the croucher's elevated knees.
Og framfæturnir gripu um upphækkuð hné þess sem sat
krjúpandi.
The appearance of the grotesque scene was abnormally
lifelike.
Útlit þessarar grotesku senu var óeðlilega raunverulegt.
But this lifelike quality only added a subtle reason to be
more fearful.
En þessi raunverulegi eiginleiki bætti aðeins við lúmskri
ástæðu til að vera hræddari.
Because we knew nothing about the source of the depiction.
Vegna þess að við vissum ekkert um uppruna myndarinnar.
The creature's vast, awesome, and incalculable age was
unmistakable.
Gífurlegur, óhugnanlegur og óútreiknanlegur aldur verunnar
var óyggjandi.
But not one link did the depiction show with any known
type of art.
En engin tengsl sýndu fram á á myndinni við neina þekkta
tegund listar.
Not even the earliest civilizations made reference to this
creature.
Ekki einu sinni elstu siðmenningar nefndu þessa veru.
But that is not the only point at which our knowledge failed
us.
En það er ekki eina atriðið þar sem þekking okkar brást okkur.

***

***

The mineralogy of the stone was also a complete mystery.
Steinefnafræði steinsins var einnig algjör ráðgáta.
Gold specks dotted the soapy, greenish-black stone.
Gullblettir voru punktaðir á sápukennda, grænsvörtu
steininum.
Iridescent striations ran along the length of the stone.
Glærar rendur lágu eftir steininum endilöngu.

In short, the stone resembled nothing within mineralogy.

Í stuttu máli líktist steinninn engu innan steinefnafræðinnar.

Geologists hadn't been able to identify the stone either.

Jarðfræðingar höfðu ekki heldur getað borið kennsl á steininn.

The hieroglyphs along the stone were equally baffling.

Hieróglýfurnar meðfram steininum voru jafnframt ruglingslegar.

The writing system was horribly different than other scripts.

Ritkerfið var hræðilega ólíkt öðrum handritum.

A representation of half the world's leading experts was present.

Fulltrúar frá helmingi fremstu sérfræðinga heims voru viðstaddir.

But no link to any known writing system could be established.

En engin tengsl við neitt þekkt ritkerfi fundust.

Everything frightfully suggested an old and unhallowed cycle of life.

Allt benti hræðilega til gamals og vanhelgs lífsferlis.

A history in which our world and our conceptions played no part.

Saga þar sem heimur okkar og hugmyndir okkar gegndu engu hlutverki.

The experts shook their heads, admitting they had been defeated.

Sérfræðingarnir hristu höfuðið og viðurkenndu að þeir hefðu beðið ósigur.

But one expert did not give up quite so quickly.

En einn sérfræðingur gafst ekki upp alveg eins fljótt.

He claimed to have a touch of bizarre familiarity with the subject.

Hann hélt því fram að hann hefði dálítið sérstaka þekkingu á viðfangsefninu.

The monstrous shape and writing weren't entirely new to him.

Hin skrímslalega lögun og leturgerð voru honum ekki alveg ný.

With some diffidence he told of the odd trifle he knew.

Með nokkurri feimni sagði hann frá þeim undarlega
smáatriðum sem hann þekkti.

This person was the late William Channing Webb.

Þessi maður var hinn látni William Channing Webb.

He was professor of anthropology in Princeton University.

Hann var prófessor í mannfræði við Princeton-háskóla.

And he was an explorer of no small significance.

Og hann var ekki lítils virði landkönnuður.

***

***

**Forty-eight years ago he was exploring Greenland and
Iceland.**

Fyrir fjörutíu og átta árum var hann að kanna Grænland og
Ísland.

His group were in search of some Runic inscriptions.

Hópur hans var að leita að rúnaletrunum.

But the expedition failed to unearth any inscriptions.

En leiðangrinum tókst ekki að grafa upp neinar áletranir.

They trekked the heights of West Greenland's coasts.

Þau gengu um hæðir við strendur Vestur-Grænlands.

Here they encountered a strange cult of degenerate Eskimos.

Hér mættu þeir undarlegri sértrúarsöfnuði úrkynjaðra
Eskimóa.

Their religion consisted of a form of devil-worship.

Trúarbrögð þeirra fólst í einhvers konar djöfladýrkun.

**And their rituals were deliberately bloodthirsty and
repulsive.**

Og helgisiðir þeirra voru vísvitandi blóðþyrstar og
fráhrindandi.

It was a faith of which other Eskimos knew little.

Þetta var trú sem aðrir Eskimóar vissu lítið um.

Locals shuddered at the mention of their practices.

Heimamenn hrylltu sig við þegar minnst var á starfshætti
þeirra.

They said their believes came from horribly ancient eons.

Þeir sögðu að trú þeirra kæmi frá hræðilega fornum öldum.

A time before the world as we know it now had ever been made.

Tími áður en heimurinn eins og við þekkjum hann nú hafði nokkurn tíma verið skapaður.

There were human sacrifices and queer hereditary rituals.

Þar voru mannfórnir og undarlegir erfðafræðilegir helgisiðir.

And all their worship was directed at a supreme tornasuk.

Og öll tilbeiðsla þeirra beindist að æðsta tornasuk .

Professor Webb had taken a phonetic copy from an aged angekok.

Prófessor Webb hafði tekið hljóðritað afrit frá gömlum angekok.

He had transcribed the wizard-priest's chants as best he could.

Hann hafði umritað söng galdraprestsins eins vel og hann gat.

But currently these transcriptions weren't of prime significance.

En þessar umritanir voru ekki af meginþýðingu eins og er.

The cult had a cherished stone that they worshipped.

Sértrúarsöfnuðurinn átti sér dýrmætan stein sem þeir tilbáðu.

They danced wildly when the aurora leaped over the ice cliffs.

Þau dönsuðu villt þegar norðurljósin stökk yfir ísklettana.

And in the midst of their dance was the strange stone.

Og mitt í dansinum þeirra var hinn undarlegi steinn.

It was, the professor stated, a very crude bas-relief of stone.

Þetta var, sagði prófessorinn, mjög gróf lágmynd úr steini.

The stone comprised a hideous picture and some cryptic writing.

Á steininum var hræðileg mynd og dularfull leturgerð.

And as far as he could tell this stone was a rough parallel.

Og eftir því sem hann gat séð var þessi steinn gróflega samsíða.

The stone had all the same essential features of bestial things.

Steinninn hafði öll sömu grunneinkenni dýralegra verur.

The scientists received this data with suspense and astonishment.

Vísindamennirnir tóku þessum gögnum með spennu og undrun.

Even Inspector Legrasse had quickly gained an interest in mythology.

Jafnvel rannsóknarlögreglumaðurinn Legrasse hafði fljótt fengið áhuga á goðafræði.

And he began at once to ply his informant with questions.

Og hann fór þegar í stað að spyrja uppljóstrara sinn spurninga.

He had notes of the oral ritual of the cult-worshipers in the swamp.

Hann hafði minnispunkta um munnlegar helgisiði sértrúardýrkendanna í mýrinni.

He besought the professor to remember the diabolist Eskimos' chants.

Hann sárbændi prófessorinn um að muna eftir söngvum djöfullegu Eskimóanna.

There then followed an exhaustive comparison of details.

Síðan fylgdi ítarlegur samanburður á smáatriðum.

And there then followed a moment of really awed silence.

Og þá fylgdi augnablik af sannarlega lotningarfullri þögn.

The Eskimo wizards and the Louisiana swamp-priests were worlds apart.

Eskimóa-galdramennirnir og mýrarprestarnir í Louisiana voru ólíkir heimar.

And yet there was a phrase the two hellish rituals had in common.

Og samt var til orðatiltæki sem þessar tvær helvítis helgisiðir áttu sameiginlegt.

"Ph'nglui mglw'nafh Cthulhu R'lyeh wgah'nagl fhtagn."

" Ph'nglui mglw'nafh Cthulhu R'lyeh wgah'nagl ftagn .

***

***

Legrasse had one advantage over Professor Webb.
Legrasse hafði einn kost á prófessor Webb.
He had spoken to several of his mongrel prisoners.
Hann hafði talað við nokkra af blendingsfanga sínum.
Some of them had passed on the phrase's meaning.
Sumir þeirra höfðu gefið merkingu orðsins áfram.
"In his house at R'lyeh dead Cthulhu waits dreaming."
„Í húsi sínu í R'lyeh bíður hinn dauði Cthulhu og dreymir.“
So the attention turned back to Inspector Legrasse.
Þannig að athyglin beindist aftur að
rannsóknarlögreglumanninum Legrasse .
And he was probed with many disconnected questions.
Og hann var spurður út í margar ósamræmanlegar
spurningar.
**He detailed his experience with the worshipers from the
swamp.**
Hann lýsti reynslu sinni af dýrkendum úr mýrinni.
My uncle attached profound significance to the story.
Frændi minn lagði mikla áherslu á söguna.
The report savored of the wildest dreams of myth-makers.
Skýrslan bar vott um villtustu drauma goðsagnahöfunda.
Theosophists could not have provided more imagination.
Guðspekingar hefðu ekki getað boðið upp á meiri
ímyndunarafl.
But the philosophies came from unexpected sources.
En hugmyndirnar komu úr óvæntum áttum.
Half-castes and pariahs told these fantastical stories.
Hálfkastarar og útlægir sögðu þessar ævintýrasögur.
On November 1st, 1907, his chain of events unfolded.
Þann 1. nóvember 1907 gerðist atburðarás hans.
The New Orleans police received desperate calls.
Lögreglan í New Orleans fékk örvæntingarfull símtöl.
**They were called to the swamp and lagoon country to the
south.**
Þeim var kallað til mýrarinnar og lónanna í suðri.
The settlers there were mostly primitive, but good-natured.

Landnemar þar voru að mestu leyti frumstæðir en góðlyndir.
Most living by the swamp were descendants of Lafitte's men.
Flestir þeirra sem bjuggu við mýrina voru afkomendur manna Lafittes.
But now they were in the grip of stark terror.
En nú voru þeir í klóm mikillar ótta.
An unknown thing had stolen upon them in the night.
Óþekktur hlutur hafði stolist að þeim í nótt.
It was voodoo, apparently, that caused the disturbance.
Það var greinilega vúdú sem olli óróanum.
But it was a voodoo unlike the other forms of voodoo.
En þetta var vúdú ólíkt öðrum tegundum vúdú.
Voodoo of a more terrible sort than they had ever known.
Vúdú af hræðilegri gerð en þeir höfðu nokkurn tímann þekkt.
Some of their women and children had disappeared.
Sumar af konum þeirra og börnum voru horfin.
A malevolent drumming had begun its incessant beating.
Illgjarn trommuhljóð hafði hafið stöðugan barsmíð.
Far and deep within those dark, black haunted woods.
Langt og djúpt inni í þessum dökku, svörtu, ásóttu skógi.
There, where no dweller dared to ventured close to.
Þar, þar sem enginn íbúi þorði að koma nálægt.
There were insane shouts and harrowing screams.
Það heyrðust brjáluð óp og skelfileg öskur.
Soul-chilling chants and dancing devil-flames.
Sálarkælandi söngvar og dansandi djöflalogar.
The messenger and his people could stand it no more.
Sendiboðinn og fólk hans gátu ekki þolað þetta lengur.
A body of twenty police set out in the late afternoon.
Tuttugu manna lögreglulið lagði af stað síðdegis.
And a shivering settler came with them as a guide.
Og skjálfandi landnemi kom með þeim sem leiðsögumaður.

***

***

At the end of the passable road they alighted.
Við enda hins greiðfæra vegar stigu þeir út.
For miles and miles they splashed on in silence.
Kílómetra eftir kílómetra héldu þau áfram í þögn.
And they went on through the terrible cypress woods.
Og þeir héldu áfram gegnum hræðilega kýpresskóga.
Dark, dark woods in which day but almost never came.
Dimmur, dimmur skógur þar sem dagur en næstum aldrei
kom.
Ugly roots set traps for them in the wet ground.
Ljótar rætur setja gildrur fyrir þá í blautum jarðvegi.
Malignant hanging nooses of Spanish moss beset them.
Illgjarnar hengjandi snörur úr spænskum mosa umkringdu
þau.
In the distance the settlement slowly came into sight.
Í fjarska kom byggðin hægt og rólega í sjónmál.
Hysterical dwellers ran out of the miserable huts.
Æstir íbúar hlupu út úr ömurlegu kofunum.
They clustered around the group of bobbing lanterns.
Þau þyrptust saman í kringum hópinn af vaggandi ljóskerum.
Far, far ahead the cause of all the fear could be heard.
Langt, langt framundan mátti heyra orsök alls óttans.
The muffled beat of drums was now faintly audible.
Daufur trommusláttur heyrðist nú dauft.
At times the wind shifted and revealed different sounds.
Stundum breyttist vindurinn og heyrðist önnur hljóð.
Curdling shrieks were audible at infrequent intervals.
Hvirfilbyljandi óp heyrðust með sjaldgæfu millibili.
A reddish glare seemed to filter through the undergrowth.
Rauðleitur glampi virtist síast gegnum undirgróðurinn.
The settlers were reluctant to be left alone again.
Landnemarnir voru tregir til að vera skildir eftir einir aftur.
But they point blank refused to move forwards either.
En þeir neituðu heldur alfarið að halda áfram.
So the inspector and his colleagues plunged on unguided.
Því héldu eftirlitsmaðurinn og samstarfsmenn hans áfram án
leiðsagnar.

And they went into the black arcades of horror.
Og þau fóru inn í svörtu spilakassana hryllingsins.
The region was one of traditionally evil repute.
Svæðið var hefðbundið eitt af illu orðspori.
The lands were substantially unknown by white men.
Hvítum mönnum var nánast ókunnugt um löndin.
Not many explorers had traversed those regions yet.
Ekki höfðu margir landkönnuðir ferðast um þessi svæði
ennþá.
There were also legends of a hidden away lake.
Það voru líka þjóðsögur um falið stöðuvatn.
A body of water still unglimpsed by mortal sight.
Vatn sem enn er ósýnilegt fyrir dauðlegum sjónum.
In the lake it was said there dwelt a strange creature.
Í vatninu var sagt að undarleg vera hefði búið.
A huge, formless white polypous thing with luminous eye.
Risastór, formlaus hvít fjöllaga verur með lýsandi auga.
And settlers whispered about bat-winged devils.
Og landnemar hvísluðu um leðurblökuvængða djöfla.
They flew up out of caverns from the inner earth.
Þau flugu upp úr hellum úr innri jörðinni.
And together the demons worship it at midnight.
Og saman tilbiðja illu andarnir það um miðnætti.
They said it had been there before D'Iberville.
Þeir sögðu að það hefði verið þarna áður en D'Iberville kom til
sögunnar.
They said it had been there before La Salle too.
Þeir sögðu að það hefði verið þar áður en La Salle líka.
They said it was there before the Native Americans.
Þeir sögðu að það hefði verið þar áður en frumbyggjar
Ameríku komu til sögunnar.
Perhaps it was even there before the wholesome beasts.
Kannski var það jafnvel til staðar áður en heilnæmu dýrin
voru til.
It was a nightmare itself that made men dream.
Það var sjálf martröðin sem lét menn dreyma.
And to see the thing was the same as death.

Og að sjá þetta var það sama og dauðinn.
And so they had enough warning to know to keep away.
Og því höfðu þeir næga viðvörun til að halda sig fjarri.
Because it was indeed where they were warned it was.
Því það var í raun og veru þar sem þeim var varað við því.
The voodoo orgy was on the fringe of this abhorred area.
Vúdú-orgían var á jaðri þessa viðurstyggða svæðis.
But the location was already bad enough by itself.
En staðsetningin var nú þegar nógu slæm út af fyrir sig.
The voodoo activities only added to the horror.
Vúdú-starfsemin jók bara enn frekar á hryllinginn.
Perhaps poetry could do justice to the noises heard.
Kannski gæti ljóðlist gert hávaðanum réttlæti.
Otherwise only madness would help one understand.
Annars myndi aðeins brjálæði hjálpa manni að skilja.
But Legrasse's plowed on through the black morass.
En Legrasse hefur plægt áfram gegnum svarta fenið.
The sound of the muffled drumming slowly crystalized.
Hljóðið af daufa trommuhljóðinu kristallaðist hægt.
And they continued steadily towards the red glare.
Og þau héldu stöðugt áfram í átt að rauða bjarmanum.

***

***

There are vocal qualities specific to men.
Það eru til söngeiginleikar sem eru sértækir fyrir karla.
And there are vocal qualities specific to beasts.
Og það eru söngeiginleikar sem eru sértækir fyrir dýr.
It is terrible when one makes the sounds of the other.
Það er hræðilegt þegar annar gerir hljóð eins og hinn.
Animal fury freed them of their human restraint.
Dýrareiði frelsaði þá úr mannlegum fjötrum þeirra.
Orgiastic license whipped them into demoniac heights.
Orgískt leyfi sótti þá upp í djöfullega hæðir.
Howls that tore through those perpetually dark woods.
Ugl sem reif sig í gegnum þessa eilíflega dimmu skóg.

Squawking ecstasies that echoed in everyone's mind.
Kvakandi alsæla sem ómaði í huga allra.
Sounds like pestilential tempests from the gulfs of hell.
Hljómar eins og pestviðri úr helvítisflóum.
Now and then the less organized ululations would cease.
Öðru hvoru hættu minna skipulagðu ölvunaruppátækin.
A well-drilled chorus of hoarse voices rose in singsong.
Vel æfður kór af hásum röddum reis upp í söng.
And they chanted that hideous phrase of their ritual.
Og þeir sungu þessa hræðilegu setningu úr helgisiði sínum.
"Ph'nglui mglw'nafh Cthulhu R'lyeh wgah'nagl fhtagn"
" Ph'nglui mglw'nafh Cthulhu R'lyeh wgah'nagl ftagn
Then the men reached a spot where the trees were sparser.
Þá komu mennirnir á stað þar sem trén voru dreifðari.
Suddenly they come in sight of the spectacle itself.
Skyndilega birtast þeir sjálfum sjónarspilinu.
Four of them reeled from the horrible things they saw.
Fjórir þeirra hrylltu sig við þá hræðilegu atburði sem þeir sáu.
One man fainted, and two were shaken into a frantic cry.
Einn maður féll í yfirlið og tveir urðu skjálfandi og hófu óp.
Fortunately their screams were not heard by other ears.
Sem betur fer heyrðu önnur eyru ekki óp þeirra.
The mad cacophony of the orgy deadened their screams.
Brjálaður kakófónía kynslóðarinnar deyfði öskur þeirra.
Legrasse splashed swamp water on the fainting man.
Legrasse skvetti mýrarvatni á yfirliðinn mann.
They stood up again, but nearly hypnotized with horror.
Þau risu upp aftur, en næstum dáleidd af hryllingi.
In a natural glade of the swamp stood a grassy island.
Í náttúrulegu skógi í mýrinni stóð grasi vaxin eyja.
The grassy island extended perhaps for an acre.
Graslendið náði kannski yfir eina ekru.
And the area was clear of trees and tolerably dry.
Og svæðið var trjálaust og sæmilega þurrt.
A horde of human abnormality leaped and twisted.
Hópur af mannlegum óeðlilegum hlutum stökk og beygði sig.
No Sime could paint what the men were seeing.

Enginn Sime gat málað það sem mennirnir sáu.
No Angarola has ever painted such an indescribable scene.
Enginn Angarola hefur nokkurn tímann málað jafn ólýsanlega senu.
The hybrid spawn made a monstrous ring-shaped bonfire.
Blendingurinn myndaði skrímslafullan hringlaga bál.
They brayed bellowed and writhed about in their nudity.
Þau öskruðu, öskruðu og vöknuðu um í nekt sinni.
Occasionally there were rifts in the curtain of flame.
Stundum voru rifur í logatjaldinu.
And there the object of their worship revealed itself.
Og þar opinberaðist tilbeiðsluviðfangsefni þeirra.
In the midst of the fire stood a great granite monolith.
Í miðjum eldinum stóð mikill granítsteinn.
The stone structure was only about eight feet in height.
Steinbyggingin var aðeins um átta fet á hæð.
And the noxious carven statuette rested on the monolith.
Og eitruð útskorna styttan hvíldi á einsteininum.
The idle was almost incongruous in its diminutiveness.
Tómavinnuna var næstum ósamrýmanlega í smæð sinni.
Spaced evenly, scaffolds had been erected around the fire.
Vinnupallar höfðu verið reistir umhverfis eldinn, dreifðir jafnt um alla hverfið.
From the scaffolding hung a number of marred bodies.
Frá vinnupallinum héngu fjöldi skemmdra líka.
The bodies of those that had disappeared from nearby.
Lík þeirra sem höfðu horfið úr nágrenninu.
It was inside this circle the ring of worshipers were.
Það var innan í þessum hring sem hringur tilbiðjendanna var .
And they roared and jumped in the frantic trance.
Og þau öskruðu og hoppuðu í trylltri leiðslu.
The general direction of the motion was anti-clockwise.
Almennt var hreyfingin rangsælis.
The ring of bodies circling around the ring of fire.
Hringur líkama sem hringsólar umhverfis eldhringinn.
One man recollected other details even more concerning.

Einn maður rifjaði upp aðrar upplýsingar sem voru enn
áhyggjufyllri.
But perhaps the echoes induced him to hear other things.
En kannski fengu bergmálin hann til að heyra annað.
He fancied he heard antiphonal responses to the ritual.
Hann ímyndaði sér að hann heyrði andstæða viðbrögð við
helgisiðnum.
Noises from an unillumined spot deeper within the woods.
Hljóð frá óupplýstum stað dýpra inni í skóginum.
This man, Joseph D. Galvez, I later met and questioned.
Þennan mann, Joseph D. Galvez, hitti ég síðar og yfirheyrði
hann.
And he proved to indeed be distractingly imaginative.
Og hann sannaði að hann var sannarlega truflandi
hugmyndaríkur.
He even hinted at the faint beating of great wings.
Hann gaf jafnvel í skyn dauft vængjaslátt.
And he suggested there was a glimpse of shining eyes.
Og hann gaf í skyn að þar sæist glitrandi augu.
**And beyond the trees, a mountainous white bulk of
something.**
Og handan við trén, fjallakennd hvít massi af einhverju.
I suppose he had heard too much native superstition.
Ég geri ráð fyrir að hann hafi heyrt of margar
hjátrúarkenningar frá innfæddum.
But actually the horrified pause was relatively brief.
En í raun var þessi skelfingu lostna þögn tiltölulega stutt.
Duty came first, and they had come to do a job.
Skyldan kom fyrst og þau voru komin til að vinna verk.

***

***

There must have been nearly a hundred mongrel celebrants.
Þar hljóta að hafa verið næstum hundrað kynblönduðir gestir.
But the police were able to rely on their firearms.
En lögreglan gat treyst á skotvopn sín.

And they plunged determinedly into the nauseous rout.
Og þeir köstuðu sér ákveðið út í þessa ógleðilegu ferð.
For five minutes the chaotic din was beyond description.
Í fimm mínútur var óreiðukenndi hávaðinn ólýsanlegur.
Wild blows were struck and shots were fired.
Villt högg voru slegin og skotum hleypt af.
Some escaped arrest by running into the darkness.
Sumir sluppu við handtöku með því að hlaupa út í myrkrið.
They had a better knowledge of the layout of the swamp.
Þeir höfðu betri þekkingu á skipulagi mýrarinnar.
But Legrasse and his men caught around half of them.
En Legrasse og menn hans náðu um helmingi þeirra.
And they counted around forty-seven sullen prisoners.
Og þeir töldu um fjörutíu og sjö dapurlega fanga.
They were forced to put on their clothes again.
Þau voru neydd til að klæða sig í fötin sín aftur.
And they fell into line between two rows of policemen.
Og þeir röðuðu sér upp á milli tveggja raða af
lögreglumönnum.
Five of the worshipers lay dead by the fire.
Fimm af tilbiðjendunum lágu látnir við eldinn.
Two severely wounded prisoners were carried away.
Tveir alvarlega særðir fangar voru bornir burt.
Of course the image on the monolith was removed.
Auðvitað var myndin af einhyrningnum fjarlægð.
Legrasse himself took the evidence to the police station.
Legrasse sjálfur fór með sönnunargögnin á lögreglustöðina.
The trip back to the headquarters was of intense strain.
Ferðin aftur í höfuðstöðvarnar var gríðarlega erfið.
The men were examined when they got back to civilization.
Mennirnir voru yfirheyrðir þegar þeir komu aftur til
siðmenningarinnar.
The prisoners all proved to be men of a very low type.
Fangarnir reyndust allir vera mjög lágt settir menn.
They were all mixed-blooded, and mentally aberrant.
Þau voru öll af blönduðum blóði og með frávik í andlegum
efnum.

Most were seamen by trade, or some similar professions.
Flestir voru sjómenn að mennt eða stunduðu svipaðar
starfsgreinar.
Negroes and mulattoes were sprinkled among them.
Negrar og múlattar voru dreifðir meðal þeirra.
But most seemed to be West Indians or Brava Portuguese.
En flestir virtust vera Vestur-Indíumenn eða Brava-Portúgalar.
They primarily came from the Cape Verde Islands.
Þeir komu aðallega frá Grænhöfðaeyjum.
They gave the heterogeneous cult a coloring of voodooism.
Þeir gáfu ólíku sértrúarsöfnuðinum lit vúdúisma.
But there wasn't even a need to ask too many questions.
En það var ekki einu sinni þörf á að spyrja of margra
spurninga.
The conclusion quickly became manifest by itself.
Niðurstaðan varð fljótt augljós af sjálfu sér.
Something far deeper than negro fetishism was involved.
Eitthvað miklu dýpra en svartafetismi var í gangi.
Although ignorant, but their story was consistent.
Þótt fáfróðir væru þeir, þá var saga þeirra samkvæm.
The creatures all spoke of the same central idea.
Verurnar töluðu allar um sömu meginhugmyndina.
They certainly all shared the same loathsome faith.
Þau deildu vissulega öll sömu viðurstyggilegu trúnni.
They worshiped, so they said, the great old ones.
Þeir tilbáðu, sögðu þeir, hina miklu gömlu.
The great old ones lived long before there were any men.
Hinir miklu gömlu lifðu löngu áður en nokkrir menn voru til.
And they came to the young world out of the sky.
Og þau komu til unga heimsins úr himninum.
Those old ones were now gone, they explained.
Þessir gömlu væru nú horfnir, útskýrðu þeir.
They were now inside the earth and under the sea.
Þau voru nú inni í jörðinni og undir sjónum.
But their dead bodies found ways to tell their secrets.
En lík þeirra fundu leiðir til að segja frá leyndarmálum sínum.
They whispered into the dreams of the first men.

Þau hvísluðu inn í drauma fyrstu mannanna.
And the first men formed a cult which has never died.
Og fyrstu mennirnir stofnuðu sértrúarsöfnuð sem hefur aldrei
dáið.

***

***

The cult had always existed, and always would exist.
Sértrúarsöfnuðurinn hafði alltaf verið til og myndi alltaf vera
til.
Their followers were hidden in wastes all over the world.
Fylgjendur þeirra voru faldir í rústum um allan heim.
Their followers were in dark places explorers overlooked.
Fylgjendur þeirra voru á myrkum stöðum sem landkönnuðir
gátu ekki lengur.
And they would remain hidden until they were called.
Og þeir myndu vera í felum þar til þeir yrðu kallaðir til.
When the great priest Cthulhu rises again to the surface.
Þegar hinn mikli prestur Cthulhu rís aftur upp á yfirborðið.
When Cthulhu brings the earth again beneath his sway.
Þegar Cthulhu færir jörðina aftur undir völd sín.
**When Cthulhu leaves from his dark house in the mighty city
of R'lyeh.**
Þegar Cthulhu fer frá dimma húsi sínu í hinni voldugu borg
R'lyeh .
Some day he was going call, when the stars were ready.
Einhvern daginn ætlaði hann að hringja, þegar stjörnurnar
væru tilbúnar.
And the secret cult will always be waiting to liberate him.
Og leynidýrkunin mun alltaf bíða eftir að frelsa hann.
Meanwhile, no more of his story must be told.
Á meðan verður ekki meira sagt af sögu hans.
There was a secret even torture could not extract.
Þar var leyndarmál sem jafnvel pyntingar gátu ekki afhjúpað.
Mankind was not alone among the conscious things of earth.
Mannkynið var ekki eitt meðal meðvitaðra vera jarðarinnar.

Because shapes came out of the dark to visit the faithful few.

Því að verur komu úr myrkrinu til að heimsækja hina fáu trúföstu.

But these were not the great old ones.

En þetta voru ekki þessir stóru gömlu.

No man had ever seen the great old ones.

Enginn maður hafði nokkurn tímann séð þá miklu gömlu.

The carven idol was of great Cthulhu.

Útskorna skurðgoðið var af hinum mikla Cthulhu.

None could say whether the others were like him.

Enginn gat sagt til um hvort hinir væru eins og hann.

No one could read the old writing now.

Enginn gat lesið gamla letrið nú.

Instead, things were told by word of mouth.

Í staðinn voru hlutirnir sagðir munnlega.

The chanted ritual was not the secret.

Söngurinn var ekki leyndarmálið.

The secret was never spoken aloud, only whispered.

Leyndarmálið var aldrei sagt upphátt, aðeins hvíslað.

The chant meant one thing, and one thing alone:

Söngurinn þýddi eitt, og aðeins eitt:

"In his house at R'lyeh dead Cthulhu waits dreaming."

„Í húsi sínu í R'lyeh bíður hinn dauði Cthulhu og dreymir.“

Only two of the prisoners were found sane enough to be hanged.

Aðeins tveir fanganna reyndust nógu heilir á geði til að vera hengdir.

The rest of them were committed to various institutions.

Hinir voru sendir til ýmissa stofnana.

All denied to have taken any part in the ritual murders.

Allir neituðu að hafa tekið nokkurn þátt í morðunum.

They said the killing had been done by something else.

Þeir sögðu að morðið hefði verið framið af einhverju öðru.

"The black-winged ones," the each insisted, separately.

„Þeir svartvængjuðu,“ fullyrtu þeir hver um sig.

They had come to them from their immemorial meeting-place.

Þau voru komin til þeirra frá óminnisverðum samkomustað
þeirra.
They had arisen out from the haunted woodlands.
Þau höfðu risið upp úr hinum draugalegu skógum.
But the stories of mysterious allies were inconsistent.
En sögurnar um dularfulla bandamenn voru
ósamræmanlegar.

***

***

What the police did extract came mainly from one man.
Það sem lögreglan fann kom aðallega frá einum manni.
An immensely aged mestizo named Castro.
Ótrúlega gamall mestizo að nafni Castro.
He claimed to have sailed to strange ports.
Hann hélt því fram að hann hefði siglt til framandi hafna.
And he said he had been to the mountains of China.
Og hann sagðist hafa farið til fjalla í Kína.
There he talked with undying leaders of the cult.
Þar ræddi hann við ódauðlega leiðtoga sértrúarsöfnuðarins.
Old Castro remembered bits of hideous legend.
Gamli Castro mundi eftir hræðilegum þjóðsögum.
His legends paled the speculations of theosophists.
Goðsagnir hans fölvuðu vangaveltum guðspekinga.
His stories made man seem like a recent creation.
Sögur hans létu manninn virðast vera nýleg sköpun.
Even the world was transient in his account of things.
Jafnvel heimurinn var hverfulur í frásögn hans af hlutunum.
There had been eons when other Things ruled on the earth.
Það höfðu verið aldir þegar aðrir hlutir réðu ríkjum á jörðinni.
And they had had great cities here on the earth.
Og þeir höfðu átt miklar borgir hér á jörðinni.
The deathless Chinamen told him reserved secrets.
Ódauðlegu Kínverjarnir sögðu honum frá leyndum.
He had told him their ruins could still be found.
Hann hafði sagt honum að rústir þeirra væru enn að finna.

There were still Cyclopean stones on islands in the Pacific.
Það voru enn steinar frá Kýklópíutímanum á eyjum í
Kyrrahafinu.
They all died vast epochs of time before man came.
Þau dóu öll löngu áður en maðurinn kom til sögunnar.
But there were knowledges and practices in ancients arts.
En það var þekking og venjur í fornum listum.
Special rituals which could revive them again, in time.
Sérstakar helgisiðir sem gætu endurlífgað þá aftur, með
tímanum.
In the cycle of eternity their return was inevitable.
Í eilífðarhringrásinni var endurkoma þeirra óumflýjanleg.
When the stars come round again to the right positions
Þegar stjörnurnar snúast aftur á rétta stöðu
They had, indeed themselves come from the stars.
Þau voru reyndar sjálf komin frá stjörnunum.
"These great old ones," Castro continued.
„Þessir frábæru gömlu," hélt Castro áfram.
They were not composed entirely of flesh and blood.
Þau voru ekki eingöngu úr holdi og blóði.
They had shape," Castro insisted, confidently.
„Þau höfðu lögun," hélt Castro fram, öruggur.
And he had strange proof for what he believed.
Og hann hafði undarlegar sannanir fyrir því sem hann trúði.
But the shape they took on was not made of matter.
En lögunin sem þau tóku á sig var ekki úr efni.
When the stars were in their right positions.
Þegar stjörnurnar voru á réttum stöðum.
Then they could plunge from one world to another.
Þá gætu þeir stokkið úr einum heimi í annan.
Because they can move themselves through the sky.
Vegna þess að þeir geta fært sig sjálfir um himininn.
But when the stars were wrong, they cannot live.
En þegar stjörnurnar höfðu rangt fyrir sér, geta þær ekki lifað.
And it is true that they no longer live like we do.
Og það er rétt að þau lifa ekki lengur eins og við.
But despite that, they never really die either.

En þrátt fyrir það deyja þau aldrei í raun heldur.
They rest in stone houses in their great city of R'lyeh.
Þau hvíla í steinhúsum í miklu borg sinni, R'lyeh .
They are preserved by the spells of mighty Cthulhu.
Þau eru varðveitt með galdrum hins volduga Cthulhu.
So there they lie, unaffected by the passing of time.
Þar liggja þau því, óáreitt af tímanum sem líður.
And they wait for another glorious resurrection.
Og þeir bíða eftir annarri dýrlegri upprisu.
When the stars and earth are ready for them again.
Þegar stjörnurnar og jörðin eru tilbúin fyrir þau aftur.
But they are still dependent on an outside force.
En þeir eru samt sem áður háðir utanaðkomandi aðilum.
A force from outside served to liberate their bodies.
Utanaðkomandi kraftur frelsaði líkama þeirra.
The spells preserved them and kept them intact.
Galdrarnir varðveittu þau og héldu þeim óskemmdum.
But the spells also kept them from breaking free.
En galdrarnir komu einnig í veg fyrir að þeir sluppu lausir.
So they could only lie awake in the dark and think.
Þannig að þau gátu aðeins legið vakandi í myrkrinu og
hugsað.

***

***

In the meantime uncounted millions of years rolled by.
Á meðan liðu óteljandi milljónir ára.
They knew all that was occurring in the universe.
Þau vissu allt sem var að gerast í alheiminum.
Because their mode of speech was transmitted thought.
Vegna þess að málfar þeirra var miðlað hugsun.
Even now they were talking in their tombs.
Jafnvel nú voru þeir að tala saman í gröfum sínum.
Then, after infinities of chaos, the first men came.
Síðan, eftir óendanlegt ringulreið, komu fyrstu mennirnir.
The great old ones spoke to the sensitive among them.

Hinir gömlu miklu töluðu til hinna viðkvæmu meðal þeirra.
They spoke to them by molding their dreams.
Þau töluðu við þá með því að móta drauma þeirra.
**Only that way could their language reach the fleshly minds
of mammals.**
Aðeins þannig gat tungumál þeirra náð til holdlegra huga
spendýra.
Then, whispered Castro, those first men formed the cult.
Þá, hvíslaði Castro, stofnuðu þessir fyrstu menn
sértrúarsöfnuðinn.
They organized themselves around small idols.
Þau skipulögðu sig í kringum lítil skurðgoð.
The small idols which the great ones had shown them.
Smáu skurðgoðin sem hinir stóru höfðu sýnt þeim.
Idols brought from dim eras from dark stars.
Skurðgoð færð frá dimmum tímabilum frá myrkum stjörnum.
That cult would never die till the stars came right again.
Þessi sértrúarsöfnuður myndi aldrei deyja fyrr en stjörnurnar
kæmu réttar til baka.
**The secret priests were going to take great Cthulhu from His
tomb.**
Leyniprestarnir ætluðu að taka hinn mikla Cthulhu úr gröf
hans.
And they were going to revive His subjects.
Og þeir ætluðu að endurlífga þegna hans.
And then Cthulhu was going to resume His rule of earth.
Og þá ætlaði Cthulhu að taka aftur við stjórn sinni yfir
jörðinni.
The right time was going to reveal itself quite clearly.
Rétti tíminn myndi koma í ljós nokkuð greinilega.
**At that time mankind will have become as the great old
ones.**
Á þeim tíma mun mannkynið hafa orðið eins og hinir miklu
fortíðar.
They will be free and wild and beyond good and evil.
Þau verða frjáls og villt og handan góðs og ills.
Laws and morals are going to be thrown aside.

Lögum og siðferði verður kastað til hliðar.
All men will be shouting and killing and reveling in joy.
Allir menn munu hrópa og drepa og fagna.
Then the liberated old ones will teach them the new ways.
Þá munu hinir frelsuðu gömlu kenna þeim nýju leiðirnar.
New ways to shout and kill and revel and enjoy.
Nýjar leiðir til að hrópa og drepa og gleðjast og njóta.
And all the earth will flame with a holocaust of ecstasy and freedom.
Og öll jörðin mun loga af helför alsælu og frelsis.
Meanwhile the cult had to practice the appropriate rites.
Á meðan þurfti sértrúarsöfnuðurinn að iðka viðeigandi helgisiði.
They had to keep alive the memory of those ancient ways.
Þau urðu að halda minningunni um þessa fornu siði á lofti.
And they had to shadow forth the prophecy of their return.
Og þeir urðu að skyggja á spádóminn um endurkomu sína.
In the elder time chosen men spoke with the entombed Old Ones.
Áður fyrr töluðu útvaldir menn við hina grafnu Gamlu.
The entombed Old Ones spoke to them in their dreams.
Hinir gömlu, grafnir, töluðu við þá í draumum þeirra.
But then something disturbed their means of communication.
En þá truflaði eitthvað samskiptaleiðir þeirra.
The great stone in the city R'lyeh had sunk beneath the waves.
Hinn mikli steinn í borginni R'lyeh hafði sokkið undir öldurnar.
And the monoliths and sepulchers were beneath the waters.
Og steinarnir og grafirnar voru neðansjávar.
Deep waters full of the one primal mystery.
Djúp vötn full af hinni einu frumstæðu leyndardómi.
Waters through which not even thought can pass.
Vötn sem ekki einu sinni hugsun getur farið í gegnum.
Water that cut off their spectral communication.
Vatn sem skar á litrófssamskipti þeirra.

But the memory of the rites and rituals never died.
En minningin um helgisiði og helgisiði dó aldrei.
And high priests said that the city would rise again.
Og æðstuprestarnir sögðu að borgin myndi rísa aftur.
When the stars were right Cthulhu was going to return.
Þegar stjörnurnar væru réttar ætlaði Cthulhu að snúa aftur.
The moldy black spirits of the earth will come out again.
Mygluðu, svörtu andar jarðarinnar munu koma fram aftur.
Shadowy black spirits full of dim rumors.
Skuggalegir svartir andar fullir af daufum sögusögnum.

***

***

The spirits collected in caverns beneath forgotten sea-bottoms.
Andarnir söfnuðust saman í hellum undir gleymdum
sjávarbotni.
But of those spirits old Castro dared not speak much.
En um þessa anda þorði gamli Castro ekki að tala mikið.
And he hurriedly cut himself off from the topic.
Og hann skar sig í flýti frá umræðuefninu.
No amount of persuasion could elicit more in this direction.
Engin fortölufærsla gæti leitt meira fram í þessa átt.
No subtlety could convince him to speak of those spirits.
Engin næmni gat fengið hann til að tala um þessa anda.
**The size of the old ones, too, he curiously declined to
mention.**
Hann neitaði heldur forvitnislega að nefna stærð þeirra
gömlu.
And of the cult he spoke very little too.
Og um sértrúarsöfnuðinn talaði hann líka mjög lítið.
**He thought the center lay amid the pathless deserts of
Arabia.**
Hann hélt að miðjan lægi mitt í óleiðum eyðimörkum Arabíu.
**There in Irem, the City of Pillars, dreams hidden and
untouched.**

Þar í Irem, borg súlnanna, eru draumar faldir og ósnertir.
This cult was not allied to the European witch-cult.
Þessi sértrúarsöfnuður var ekki tengdur evrópskum
galdradýrkun.
And the cult was virtually unknown beyond its members.
Og sértrúarsöfnuðurinn var nánast óþekktur utan meðlima
sinna.
No book had ever really hinted of their knowledge.
Engin bók hafði nokkurn tíma gefið í skyn þekkingu þeirra.
**Though the deathless Chinamen said the mad Arab Abdul
Alhazred came close.**
Þótt ódauðlegu Kínverjarnir sögðu að brjálaði Arabinn Abdul
Alhazred hafi verið nálægt því.
**He said that there were double meanings in his
Necronomicon.**
Hann sagði að tvíþætt merking væri í Necronomicon hans.
The initiated were free to read it if they wanted to.
Innvígðu einstaklingarnir gátu lesið það frjálst ef þeir vildu.
And they should pay attention to one couplet in particular.
Og þeir ættu að veita einum setningaflokki sérstakan gaum.
"That which is not dead can sleep for eternity,"
„Það sem ekki er dautt getur sofið að eilífu,"
"And with strange eons even death may die."
„Og með undarlegum öldum getur jafnvel dauðinn dáið."
Legrasse had been deeply impressed by what he heard.
Legrasse hafði verið djúpt hrifinn af því sem hann heyrði.
And he was not a little bewildered by the tale.
Og hann varð ekki lítið undrandi yfir sögunni.
He inquired in vain about the historic affiliations of the cult.
Hann spurði til einskis um sögulega tengsl
sértrúarsöfnuðarins.
**Castro, apparently, had told the truth about the oath of
secrecy.**
Castro hafði greinilega sagt sannleikann um leyndareiðinn.
**The authorities at Tulane University could not offer much
help either.**

Yfirvöld Tulane-háskóla gátu heldur ekki boðið upp á mikla
hjálp.
**The were not able to shed no light upon neither cult, nor the
image.**
Þeir gátu ekki varpað ljósi á hvorki trúarbrögðin né líkneskið.
**And now the detective had come to the highest authorities in
the country.**
Og nú var rannsóknarlögreglumaðurinn kominn til æðstu
yfirvalda landsins.
**And he heard none other than Professor Webb' tale in
Greenland.**
Og hann heyrði enga aðra en sögu prófessors Webbs á
Grænlandi.

***

***

Legrasse's tale aroused feverish interest at the meeting.
Legrasse vakti mikinn áhuga á fundinum.
The story was not only significant in its implications.
Sagan var ekki aðeins mikilvæg að því leyti sem hún varðaði
hana.
But the story was also corroborated by the statuette.
En sagan var einnig staðfest af styttunni.
The excitement echoed in the subsequent correspondence.
Spennan endurómaði í bréfaskriftunum sem fylgdu í kjölfarið.
Those who attended stayed in close contact with each other.
Þeir sem voru viðstaddir héldu nánu sambandi sín á milli.
Although scant mention occurs in the formal publications.
Þótt það sé lítið minnst á það í formlegum ritum.
Caution is the first care of those accustomed to charlatanry.
Varúð er fyrsta gæta þeirra sem vanir eru svindli.
Impostures are kept out as much as it is possible.
Svikum er haldið frá eins mikið og mögulegt er.
Legrasse for some time lent the image to Professor Webb.
Legrasse lánaði prófessor Webb myndina um tíma.
But at the latter's death the image was returned to him.

En við andlát hins síðarnefnda var myndinni skilað til hans.
And the image remains in Legrasse's possession.
Og myndin er enn í vörslu Legrasse .
This is where I viewed the terrible image not long ago.
Þetta var þar sem ég sá þessa hræðilegu mynd fyrir ekki svo
löngu síðan.
The image is unmistakably akin to Wilcox' dream-sculpture.
Myndin er óneitanlega skyld draumaskúlptúr Wilcox.
It was no wonder my uncle was so excited by his tale.
Það var engin furða að frændi minn var svona spenntur yfir
sögu hans.
And I'm not surprised he made the efforts he made.
Og það kemur mér ekki á óvart að hann hafi lagt sig fram um
að gera það sem hann gerði.
He had heard everything Legrasse knew of the cult.
Hann hafði heyrt allt sem Legrasse vissi um
sértrúarsöfnuðinn.
And the strange cultish dreams of a sensitive young man.
Og undarlegir sértrúarkenndir draumar viðkvæms ungs
manns.
The bas-relief just like the one from the swamp.
Lágmyndin alveg eins og sú úr mýrinni.
The addition of the devil tablet in Greenland.
Viðbót djöflatöflunnar á Grænlandi.
The exact same words used in three remote occurrences.
Nákvæmlega sömu orðin notuð í þremur afskekktum
tilvikum.
**The Eskimo diabolists, the mongrels in Louisiana, and then
Wilcox.**
Eskimóa-djöflamennirnir, blendingarnir í Louisiana og svo
Wilcox.
What other conclusion could one possibly have come to?
Hvaða aðra niðurstöðu gæti maður mögulega hafa komist að?
It's only natural Professor Angel pursued this conclusion.
Það er eðlilegt að prófessor Angel hafi farið að þessari
niðurstöðu.
And I wouldn't have expected him to be less thorough.

Og ég hefði ekki búist við að hann væri minna ítarlegur.
My great-uncle was a man of principled academic rigor.
Langafrændi minn var maður með meginreglur og nákvæmni
í námi.
Though privately I also had other plausible theories.
Þó að í einrúmi hefði ég líka aðrar sennilegar kenningar.
I suspected young Wilcox of having heard of the cult.
Ég grunaði unga Wilcox um að hafa heyrt um
sértrúarsöfnuðinn.
Maybe he had heard of the cult in some indirect way.
Kannski hafði hann heyrt um sértrúarsöfnuðinn á einhvern
óbeinan hátt.
He could easily have invented a series of dreams.
Hann hefði auðveldlega getað búið til röð drauma.
That way he could heighten and continue the mystery.
Þannig gæti hann magnað upp og haldið áfram
leyndardómnum.
**The dream-narratives and cuttings collected did of course
corroborate.**
Draumasögurnar og úrklippurnar sem söfnuð voru staðfestu
þetta að sjálfsögðu.
But the rationalism of my mind had not yet been satisfied.
En rökhyggjan í huga mínum hafði enn ekki verið fullnægð.
Coincidences can form highly believable illusions too.
Tilviljanir geta líka skapað mjög trúverðugar blekkingar.
**And we have to bear in mind the extravagance of the whole
subject.**
Og við verðum að hafa í huga öfugsnúning alls málsins.
**So I was led to adopt what I thought the most sensible
conclusions.**
Þannig að ég var leiddur til að taka þær ályktanir sem ég taldi
skynsamlegastar.
I thoroughly studied the manuscript from the beginning.
Ég kynnti mér handritið vandlega frá upphafi.
And I correlated the theosophical and anthropological notes.
Og ég tengdi saman guðfræðilegu og mannfræðilegu
athugasemdirnar.

I compared the literature with the cult narrative of Legrasse.
Ég bar saman bókmenntirnar við frásögn Legrasse um
sértrúarsöfnuðinn .
I made a trip to Providence to see the sculptor.
Ég fór til Providence til að sjá myndhöggvarann.
And I intended to give him the rebuke I thought proper.
Og ég ætlaði að ávíta hann þá ávítu sem ég taldi viðeigandi.
There must be consequences, I felt, for the trick he played.
Það hlytu að hafa afleiðingar, fannst mér, fyrir bragðið sem
hann lék.
**He had boldly imposed himself upon a learned and aged
man.**
Hann hafði djarflega þröngvað sér upp á lærðan og aldraðan
mann.

***

***

Wilcox still lived alone where my uncle had met him.
Wilcox bjó enn einn þar sem frændi minn hafði hitt hann.
In the Fleur-de-Lys Building in Thomas Street.
Í Fleur-de-Lys byggingunni í Thomas götu.
**A hideous Victorian imitation of Seventeenth Century
Breton architecture.**
Hræðileg eftirlíking af bretónskri byggingarlist frá sautjándu
öld í Viktoríutímanum.
**The building flaunted its stuccoed front amidst its
surroundings.**
Byggingin státaði af múrhúðaðri framhlið sinni umkringd
umhverfi sínu.
There were lovely Colonial houses on the ancient hill.
Þar voru falleg nýlenduhús á fornri hæðinni.
**And the house stood under the shadow of the finest
Georgian steeple in America.**
Og húsið stóð í skugga fegursta georgíska turnsins í Ameríku.
I found him at work in his rooms, among his sculptures.

Ég fann hann að störfum í herbergjum sínum, meðal
höggmynda sinna.

The specimens scattered came from a very unique mind.

Sýnin sem dreifð voru komu frá mjög einstökum huga.

**At once I conceded that his genius is indeed profound and
authentic.**

Ég viðurkenndi strax að snilligáfa hans er sannarlega
djúpstæð og ósvikin.

**He has crystallized in clay that which Arthur Machen evokes
in prose.**

Hann hefur kristallað í leir það sem Arthur Machen vekur upp
í prósa.

**He mirrored in marble the nightmares Clark Ashton Smith
put to canvas.**

Hann speglaði í marmara martraðir Clark Ashton Smith sem
hann setti á striga.

**He will, I believe, be spoken of one day as one of the great
decadents.**

Ég tel að hann verði einn daginn kallaður einn af hinum miklu
dekadentum.

He was dark, frail, and somewhat unkempt in aspect.

Hann var dökkhærður, brothættur og nokkuð óhreinn í útliti.

He turned languidly at my knock on his door.

Hann sneri sér hægt við þegar ég bankaði á dyrnar hjá honum.

He didn't rise from his seat when I came in.

Hann reis ekki úr sæti sínu þegar ég kom inn.

And he asked me what the purpose of my visit was.

Og hann spurði mig hver tilgangur heimsóknar minnar væri.

When I told him who I was his interest was piqued.

Þegar ég sagði honum hver ég væri vaknaði áhugi hans.

**My uncle had excited his curiosity by probing his strange
dreams.**

Frændi minn hafði vakið forvitni hans með því að kanna
undarlegu drauma hans.

Although he had never explained the reason for the study.

Þótt hann hefði aldrei útskýrt ástæðuna fyrir rannsókninni.

I did not enlarge his knowledge in this regard.

Ég hef ekki aukið þekkingu hans á þessu sviði.

But I sought with some subtlety to gain his confidence.

En ég reyndi með nokkurri lævísi að vinna traust hans.

In a short time I became convinced of his absolute sincerity.

Á stuttum tíma sannfærðist ég um algjöra einlægni hans.

He spoke of the dreams in a manner none could mistake.

Hann talaði um draumana á þann hátt að enginn gat misskilið.

His dreams' subconscious residuum had influenced his art profoundly.

Undirmeðvitundarleifar drauma hans höfðu haft djúpstæð áhrif á list hans.

He showed me a morbid statue of the likes I had never seen before.

Hann sýndi mér dapurlega styttu af þvílíku sem ég hafði aldrei séð áður.

The statue's contours almost made me shake with fear.

Útlínur styttunnar fengu mig næstum til að skjálfa af ótta.

The potency of the statue's black suggestion was overbearing.

Kraftur svarta vísbendingar styttunnar var yfirþyrmandi.

He could not recall having seen the original of this thing.

Hann gat ekki munað eftir að hafa séð upprunalega útgáfuna af þessu.

But the statue was inspired by his own dream bas-relief.

En styttan var innblásin af hans eigin draumalíkneskju.

The outlines had formed themselves insensibly under his hands.

Útlínurnar höfðu myndast ógreinanlega undir höndum hans.

It was, no doubt, the giant shape he had raved of in delirium.

Það var eflaust risavaxna lögunin sem hann hafði dáðst að í ofboði.

That he really knew nothing of the hidden cult he soon made clear.

Að hann vissi í raun ekkert um þessa földu sértrúarsöfnuð gerði hann fljótlega ljóst.

Only my uncle's relentless catechism had given him some
clues,
Aðeins óbilandi trúfræði frænda míns hafði gefið honum
nokkrar vísbendingar,
And again I strove to explain the obvious conclusions away.
Og aftur reyndi ég að útskýra augljósar niðurstöður.
**How he could possibly have received the weird
impressions?**
Hvernig gat hann mögulega fengið þessi undarlegu hughrif?
He talked of his dreams in a strangely poetic fashion.
Hann talaði um drauma sína á undarlega ljóðrænan hátt.
**He made me see with terrible vividness the vistas of his
dream.**
Hann lét mig sjá með hræðilegri ljóslifandi sýn draums síns.
The damp Cyclopean city of slimy green stone.
Hin raka Kýklópíska borg úr slímugum grænum steini.
The geometry he oddly said, was all wrong.
Rúmfræðin sem hann sagði undarlega var alröng.
And he spoke of what he heard with frightened expectancy.
Og hann talaði um það sem hann heyrði með óttasleginni
eftirvæntingu.
The ceaseless, half-mental calling from underground:
Óendanlega, hálfhuglæga kallið neðanjarðar:
"Cthulhu fhtagn... Cthulhu fhtagn"
"Cthulhu fhtagn ... Cthulhu fhtagn "
These words had formed part of that dreaded ritual.
Þessi orð höfðu verið hluti af þessari hræðilegu helgiathöfn.
The ritual the told of dead Cthulhu's dream-vigil.
Í helgisiðnum er sagt frá draumavöku hins látna Cthulhu.
The ritual that told of his stone vault at R'lyeh.
Helgisiðið sem sagði frá steinhvelfingu hans í R'lyeh .
And I felt deeply moved, despite my rational beliefs.
Og ég fann til djúprar snertingar, þrátt fyrir rökréttar skoðanir
mínar.
Wilcox, I was sure, had heard of the cult in some casual way.
Ég var viss um að Wilcox hafði heyrt um sértrúarsöfnuðinn á
einhvern tilviljunarkenndan hátt.

He spent his time in a mass of equally weird literature.
Hann eyddi tíma sínum í fjölda jafn undarlegra bókmennta.
He must have forgotten the source of his knowledge.
Hann hlýtur að hafa gleymt uppruna þekkingar sinnar.
Later the cult had found subconscious expression in his dreams.
Seinna hafði sértrúarsöfnuðurinn fundið undirmeðvitundarbirting í draumum hans.
But this is natural when stories are so impressive.
En þetta er eðlilegt þegar sögur eru svona áhrifamiklar.
Finally the cult's ideas manifested themselves in the bas-relief.
Að lokum birtust hugmyndir sértrúarsöfnuðarins í lágmyndinni.
And now the subject of the cult manifested itself in the terrible statue.
Og nú birtist viðfangsefni dýrkunarinnar í hræðilegri styttunni.
I was convinced his imposture upon my uncle had been very innocent.
Ég var sannfærður um að svik hans á frænda minn hefðu verið mjög saklaus.
He both slightly affected, and slightly ill-mannered.
Hann var bæði lítillega áhrifinn og örlítið illmenni.
He had a disposition which I could never like.
Hann hafði skapgerð sem mér hefði aldrei getað líkað.
But I was willing enough now to admit his genius.
En ég var nógu fús núna til að viðurkenna snilligáfu hans.
And I have no way of denying his honesty either.
Og ég hef enga leið til að neita heiðarleika hans heldur.
Despite my initial feelings, I took leave of him amicably.
Þrátt fyrir fyrstu tilfinningar mínar kvaddi ég hann í vinsemd.
And I wish him all the success his talent promises.
Og ég óska honum allrar þeirrar velgengni sem hæfileikar hans lofa.

***

***

The matter of the cult continued to fascinate me.
Málið um sértrúarsöfnuðinn hélt áfram að heilla mig.
At times I had visions of the personal fame I could attain.
Stundum sá ég fyrir mér þá persónulegu frægð sem ég gæti öðlast.
I visited New Orleans and talked with Legrasse.
Ég heimsótti New Orleans og talaði við Legrasse .
And I spoke with other policemen of that swamp raid.
Og ég talaði við aðra lögreglumenn um þá árás í mýrlendið.
I saw the frightful image with my own eyes.
Ég sá hræðilegu myndina með eigin augum.
And I even questioned some of the surviving mongrel prisoners.
Og ég yfirheyrði jafnvel nokkra af eftirlifandi blendingaföngunum.
Old Castro, unfortunately, had been dead for some years.
Gamli Castro hafði því miður verið látinn í nokkur ár.
What I now heard so graphically at first hand excited me afresh.
Það sem ég heyrði nú svo myndrænt af eigin raun vakti spennu mína á ný.
Though it was really no more than a detailed confirmation.
Þó að það væri í raun ekkert meira en ítarleg staðfesting.
What they told me I had already read in my uncle's notes.
Það sem þau sögðu mér hafði ég þegar lesið í glósum frænda míns.
I felt sure that I was on the track of a very real secret.
Ég var viss um að ég væri á slóðinni á mjög raunverulegt leyndarmál.
And I was sure I was going to discover a very ancient religion.
Og ég var viss um að ég myndi uppgötva mjög forna trúarbrögð.
The discovery would make me an anthropologist of note.
Uppgötvunin myndi gera mig að þekktum mannfræðingi.

My attitude was still one of absolute rational materialism.

Viðhorf mitt var enn algjört rökrétt efnishyggju.

And I wish my attitude to the subject matter had not changed.

Og ég hefði viljað að viðhorf mitt til málsins hefði ekki breyst.

I discounted with almost inexplicable perversity the coincidences.

Ég afsannaði tilviljanirnar með næstum óútskýranlegri ranglæti.

The dream notes and odd cuttings collected by Professor Angell.

Draumaskýringarnar og undarlegu úrklippurnar sem prófessor Angell safnaði.

One thing I began to doubt was the cause of my uncle's death.

Eitt sem ég fór að efast um var orsök dauða frænda míns.

I began to suspect his death was far from natural.

Ég fór að gruna að dauði hans væri langt frá því að vera eðlilegur.

And I now fear I know my uncle's death was not natural.

Og ég óttast nú að ég viti að dauði frænda míns var ekki náttúrulegur.

It was on a narrow hill street where he fell.

Það var á þröngri götu í hæð þar sem hann féll.

The street lead up from the ancient waterfront.

Gatan liggur upp frá fornu vatnsbakkanum.

The port-town swarms with foreign mongrels.

Hafnarbærinn er iðar af erlendum kynblönduðum dýrum.

He fell after a careless push from a negro sailor.

Hann féll eftir kæruleysi frá svörtum sjómanni.

I had not forgotten the mixed blood of the cult-members in Louisiana.

Ég hafði ekki gleymt blönduðu blóði sértrúarsöfnuðarmeðlimanna í Louisiana.

I had not forgotten the sailors in the voodoo orgy.

Ég hafði ekki gleymt sjómönnunum í vúdú-orgíunni.

And would not be surprised to learn that they had other knowledge too.

Og það myndi ekki koma mér á óvart að vita að þeir hefðu líka aðra þekkingu.

Secret methods as anciently known as the cryptic rites.

Leynilegar aðferðir eins og til forna voru þekktar sem dulspekilegar helgisiðir.

Poison needles as ruthless their demonic beliefs.

Eitraðar nálar sem miskunnarlausar djöfullegar trúarbrögð þeirra.

Legrasse and his men, it is true, have been let alone.

Legrasse og menn hans hafa, að vísu, verið látnir í friði.

But in Norway a certain seaman who saw things is dead.

En í Noregi er sjómaður nokkur, sem sá hluti, látinn.

Might not sinister ears have picked up my uncle's interest in the sculptor?

Gat ekki verið að illkvittnisleg eyru hafi vakið áhuga frænda míns á myndhöggvaranum?

Might not the deeper inquiries of my uncle have drawn someone's attention?

Hefðu ekki ítarlegri spurningar frænda míns vakið athygli einhvers?

I think Professor Angell died because he knew too much.

Ég held að prófessor Angell hafi dáið vegna þess að hann vissi of mikið.

Or he died because he was likely to learn too much.

Eða hann dó vegna þess að hann var líklegur til að læra of mikið.

Whether I shall go out as he did remains to be seen.

Hvort ég fer út eins og hann gerði verður óvíst.

Because I too have learned much about Cthulhu.

Því ég hef líka lært margt um Cthulhu.

The Madness from the Sea
Brjálæðið frá hafinu

There is one great boon heaven could grant me.

Það er ein mikil blessun sem himinninn gæti veitt mér.

The total effacing of the results of a mere chance.

Algjör afmáun á afleiðingum einungis tilviljunar.

I wish I had never seen that stray piece of paper.

Ég vildi óska að ég hefði aldrei séð þennan týnda pappírsbút.

My daily routine would normally not have taken me there.

Dagleg rútína mín hefði venjulega ekki leitt mig þangað.

On any other day I would not have noticed anything.

Á öðrum degi hefði ég ekki tekið eftir neinu.

It was an old number of an Australian journal.

Þetta var gamalt tölublað af áströlsku tímariti.

The Sydney Bulletin for April 18, 1925

Sydney Bulletin fyrir 18. apríl 1925

The paper had even slipped past the cutting bureau.

Blaðið hafði jafnvel smogið framhjá klippistofunni.

I had largely given over my inquiries to a friend.

Ég hafði að mestu leyti falið vini mínum spurningar mínar.

He had taken on the work of most of the research.

Hann hafði tekið að sér megnið af rannsóknarverkefninu.

He had come to refer to the group as the "Cthulhu Cult".

Hann hafði farið að vísa til hópsins sem „Cthulhu-
dýrkunarinnar".

I was visiting my learned friend of Paterson, New Jersey.

Ég var að heimsækja lærða vin minn frá Paterson í New
Jersey.

The curator of a local museum, and a mineralogist of note.

Safnstjóri á staðnum og þekktur steinefnafræðingur.

While at his museum I had access to the reserved specimens.

Meðan ég var í safni hans hafði ég aðgang að geymdu sýnin.

And this is when an odd picture caught my attention.

Og þá vakti undarleg mynd athygli mína.

**Beneath one of the stones was the Sydney Bulletin I
mentioned.**

Undir einum steininum var Sydney Bulletin sem ég nefndi.

My friend has wide affiliations in all conceivable foreign lands.

Vinur minn á víðtæk tengsl í öllum hugsanlegum erlendum löndum.

The picture was a half-tone cut of a hideous stone image.

Myndin var hálftónaklipping af hræðilegri steinmynd.

Almost identical with the stone Legrasse had found in the swamp.

Næstum eins og steinninn sem Legrasse hafði fundið í mýrinni.

Eagerly I read the article for its precious contents.

Ég las greinina með ákafa vegna þess hve verðmætt efni hennar var.

But I was disappointed to find that it was just a short article.

En ég varð fyrir vonbrigðum að sjá að þetta var bara stutt grein.

Although brief, the information was of portentous significance.

Þótt upplýsingarnar væru stuttar, þá höfðu þær mikla þýðingu.

***

***

"MYSTERY DERELICT FOUND AT SEA"

"DULARLEGT EIGN FUNDIN Á SJÓ"

Vigilant Arrives With Helpless Armed New Zealand Yacht in Tow.

Vökumaður kemur með hjálparvana, vopnaða nýsjálenska snekkju í eftirdragi.

One Survivor and one Dead Man Found Aboard.

Einn eftirlifandi og einn látinn maður fundust um borð.

Tale of Desperate Battle and Deaths at Sea.

Saga um örvæntingarfulla orrustu og dauðsföll á sjó.

Rescued Seaman Refuses Particulars of Strange Experience.

Björguðum sjómanni neitar að gefa upp upplýsingar um undarlega reynslu.
Odd Idol Found in His Possession, Inquiry to Follow.
Undarlegt skurðgoð fannst í fórum hans, fyrirspurn fylgir síðar.
The Alert of Dunedin yacht, N.Z., had been disabled in battle.
Skútan Alert frá Dunedin á Nýja-Sjálandi hafði verið gerð óvirk í bardaga.
Previously the ship had left from Valparaiso on March 25th.
Áður hafði skipið lagt af stað frá Valparaiso 25. mars.
On April 2nd the ship was driven considerably south of her course.
Þann 2. apríl var skipinu rekið töluvert suður af stefnu sinni.
Exceptionally heavy storms had redirected the ship.
Óvenju mikið óveður hafði snúið skipinu við.
Monster waves forced the ship to take a different route.
Risavaxnar öldur neyddu skipið til að fara aðra leið.
On April 12th the ship was sighted by another ship.
Þann 12. apríl sá annað skip skipið.
Latitude 34° 21', Longitude 152° 17'
Breiddargráða 34° 21', lengdargráða 152° 17'
Initially they thought the ship had been deserted.
Í fyrstu héldu þeir að skipið hefði verið yfirgefið.
But one still living man had been found on board.
En einn maður á lífi fannst um borð.
This lone survivor was in a half-delirious condition.
Þessi eini eftirlifandi var í hálfgerðu rugli.
The only other victim found was a man already dead a week.
Eina fórnarlambið sem fannst var maður sem hafði þegar verið látinn fyrir viku.
Now the heavily armed steam yacht was being towed.
Nú var verið að draga þungvopnaða gufuskipið.
And this morning the ship was coming in to its wharf.
Og í morgun var skipið að koma að bryggju sinni.
The living man was clutching a horrible stone idol.
Lifandi maðurinn hélt á hræðilegu steinlíkneski.

The stone idol was about a foot in height.

Steinlíkneskið var um það bil einn fet á hæð.

And the origins of the stone were completely unknown.

Og uppruni steinsins var algerlega óþekktur.

Authorities at Sydney university were baffled.

Yfirvöld við háskólann í Sydney voru ráðalaus.

The Royal Society couldn't offer information about the idol.

Konunglega félagið gat ekki gefið upplýsingar um skurðgoðið.

And the Museum in College street had no insights either.

Og safnið í College götu hafði heldur engar upplýsingar.

The survivor says he found the stone in the cabin of the yacht.

Sá sem lifði af segist hafa fundið steininn í káetu snekkjunnar.

Allegedly the idol was in a small carved shrine.

Sagt er að skurðgoðið hafi verið í litlu útskornu helgidómi.

And the carvings of the shrine were of common pattern.

Og útskurðirnir í helgidóminum voru með algengu mynstri.

This man eventually recovered back to his senses.

Þessi maður náði sér að lokum aftur til vits og verka.

And he told an exceedingly strange story of piracy and slaughter.

Og hann sagði afar undarlega sögu um sjórán og fjöldamorð.

He is Gustaf Johansen, a Norwegian of some intelligence.

Hann er Gustaf Johansen, nokkuð greindur Norðmaður.

And he had been second mate of the two-masted schooner Emma of Auckland.

Og hann hafði verið annar stýrimaður á tvímastra skútunni Emmu frá Auckland.

The ship sailed for Callao February 20th, manned by eleven sailors.

Skipið sigldi til Callao 20. febrúar, mannað ellefu sjómönnum.

The ship, he says, was delayed and thrown widely south of her course.

Skipið, segir hann, hafi tafist og kastast mikið suður af stefnu sinni.

There was a great storm on March 1st, and on March 22nd.

Mikill stormur var 1. mars og 22. mars.

On their journey they encountered another ship.

Á ferð sinni rákust þau á annað skip.

This was in S. Latitude 49° 51′, W. Longitude 128° 34′

Þetta var á 49° 51′ suðurbreidd og 128° 34′
vesturlengdargráðu.

This ship was manned by a queer and evil-looking crew.

Þessu skipi var mannað undarlegri og illkynja áhöfn.

All the men were of Kanakas and half-castes.

Allir mennirnir voru af Kanaka-ættbálki og hálfkastari.

Being ordered peremptorily to turn back, Capt. Collins refused.

Collins skipstjóri neitaði að snúa við þegar honum var skýlaust skipað að snúa við.

Without warning the strange crew began to shoot savagely upon the schooner.

Án viðvörunar hóf hin ókunna áhöfn að skjóta grimmilega á skútuna.

They shot a peculiarly heavy battery of brass cannon.

Þeir skutu með sérkennilega þungum rafhlöðu af messingfallbyssum.

The men from his ship showed fighting spirit, says the survivor.

Mennirnir frá skipi hans sýndu baráttuanda, segir sá sem lifði af.

The schooner began to sink from shots beneath the waterline.

Skonnortan fór að sökkva af skotum undir vatnslínuna.

But they managed to heave alongside their enemy boat, and board her.

En þeim tókst að komast að óvinabátnum og fara um borð í hann.

They grappled with the savage crew on the yacht's deck.

Þau glímdu við grimmilega áhöfnina á þilfari snekkjunnar.

Their mode of fighting seemed to be strangely clumsy.

Bardagaaðferð þeirra virtist undarlega klaufaleg.

But defeat did not seem to be an option for these savage men.

En ósigur virtist ekki vera valkostur fyrir þessa villimenn.
**They had a particularly abhorrent and desperate way of
fighting.**
Þeir höfðu sérstaklega viðurstyggilega og örvæntingarfulla
bardagahætti.
So they had no choice but to kill all men of the enemy ship.
Þeir höfðu því ekkert annað val en að drepa alla menn
óvinaskipsins.
Three of their men were also killed in the fight.
Þrír af mönnum þeirra féllu einnig í bardaganum.
Capt. Collins and First Mate Green were among the dead.
Collins skipstjóri og Green stýrimaður voru meðal hinna
látnu.
**Second Mate Johansen took over control from First Mate
Green.**
Annar stýrimaður Johansen tók við stjórninni af fyrsta
stýrimanni Green.
**And the remaining eight men proceeded to navigate the
captured yacht.**
Og hinir átta mennirnir sem eftir voru héldu áfram að sigla
yfir hina herteknu snekkju.
**They proceeded to continue in the original direction they
were going.**
Þau héldu áfram í upprunalegu áttinni sem þau ætluðu.
**To see if there had been any reason they were ordered to
turn around.**
Til að kanna hvort einhver ástæða hefði verið fyrir því að
þeim hefði verið skipað að snúa við.

***

***

The next day, it appears, they landed on a small island.
Daginn eftir, virðist sem þau hafi lent á lítilli eyju.
**Although no island is known to exist in that part of the
ocean.**
Þótt engin eyja sé vitað til í þeim hluta hafsins.

Six of the men somehow died ashore while on the island.

Sex mannanna létust einhvern veginn í landi á eyjunni.

Though Johansen is queerly reticent about this part of his story.

Þó er Johansen einkennilega hlédrægur gagnvart þessum hluta sögu sinnar.

And he speaks only of their falling into a rock chasm.

Og hann talar aðeins um að þeir falli ofan í klettagljúfur.

Later, it seems, he and one companion boarded the yacht.

Seinna virðist sem hann og einn félagi hans hafi farið um borð í snekkjuna.

Together they tried to sail the ship, undermanned.

Saman reyndu þau að sigla skipinu, undirmönnuð.

But they were beaten about by the storm of April 2nd.

En þeir voru barðir um í storminum 2. apríl.

From that time till his rescue on the 12th, the man remembers little.

Frá þeim tíma og þar til hann var bjargaður þann 12. man maðurinn lítið.

And he does not even recall when William Briden, his companion, died.

Og hann man ekki einu sinni hvenær William Briden, félagi hans, dó.

Autopsy could reveal no obvious cause to Briden's death.

Krufning gat ekki leitt í ljós neina augljósa orsök dauða Bridens.

The most likely cause of death is exposure to the elements.

Líklegasta dánarorsökin er útsetning fyrir veðri og vindum.

The Dunedin reported that their boat, the Alert, was well known.

Dunedin-fólkið greindi frá því að bátur þeirra, Alert, væri vel þekktur.

The island traders bore an evil reputation along the waterfront.

Kaupmenn eyjanna báru illt orð á sér við sjávarsíðuna.

The ship was owned by a curious group of half-castes.

Skipið var í eigu forvitnilegs hóps hálfkastara.

Frequent meetings and night trips to the woods attracted curiosity.

Tíðar fundir og næturferðir út í skóg vöktu forvitni.

The ship had set sail in great haste on March 1st.

Skipið hafði lagt af stað í miklum flýti 1. mars.

Just after the storm, and the earth tremors that night.

Rétt eftir storminn og jarðskjálftann þá nótt.

Our Auckland correspondent gives the Emma excellent reputation.

Fréttaritari okkar í Auckland gefur Emmu frábært orðspor.

The Crew from the Emma were held very in high regard.

Áhöfnin af Emmu var mjög virt.

And Johansen is described as a sober and worthy man.

Og Johansen er lýst sem edrúum og virðulegum manni.

The admiralty will institute an inquiry on the whole matter.

Fylkislögreglan mun hefja rannsókn á öllu málinu.

Starting tomorrow they will collect all relevant information.

Frá og með morgundeginum munu þeir safna öllum viðeigandi upplýsingum.

Every effort will be made to induce Johansen to speak.

Allt verður gert til að fá Johansen til að tala.

This and the hellish image were all the information I had to go on.

Þetta og helvítis myndin voru allar upplýsingarnar sem ég hafði til að halda áfram.

But what a train of ideas that little information started in my mind!

En hvílík hugmyndaröð sem þessar litlar upplýsingar komu af stað í huga mínum!

Here were new treasuries of data on the Cthulhu Cult.

Hér voru nýir fjársjóðir gagna um Cthulhu-dýrkunina.

The cult not only had interests on land.

Sértrúarsöfnuðurinn hafði ekki aðeins hagsmuni af landi.

Now there was evidence they also had connections to the sea.

Nú voru sannanir fyrir því að þeir hefðu einnig tengsl við hafið.

What motive prompted the hybrid crew to order back the Emma?

Hvaða ástæða varð til þess að blendingaáhöfnin pantaði Emmu aftur?

Why did they sail about with their hideous idol?

Hvers vegna sigldu þeir um með hræðilega skurðgoð sitt?

What was the unknown island on which six of the Emma's crew had died?

Hvaða óþekkta eyja var þar sem sex úr áhöfn Emmu höfðu farist?

And why was Johansen so secretive about their death?

Og hvers vegna var Johansen svona leyndardómsfullur um dauða þeirra?

What had the vice-admiralty's investigation brought out?

Hvað hafði rannsókn varaforsetans leitt í ljós?

And what was known of the noxious cult in Dunedin?

Og hvað var vitað um skaðlega sértrúarsöfnuðinn í Dunedin?

Nor could one help but marvel at the timing of the events.

Maður gat heldur ekki annað en undrast tímasetningu atburðanna.

There was a deep and more than natural linkage between the dates.

Það var djúpstæð og meira en eðlileg tenging milli dagsetninganna.

A malign and now undeniable significance to the various turns of events.

Illgjarn og nú óumdeilanleg þýðing á hinum ýmsu atburðarásum.

***

***

My uncle had noted with great care the connecting events.

Frændi minn hafði tekið eftir atburðunum sem tengdust þessu af mikilli nákvæmni.

On March 1st the earthquake and storm had come.

Þann 1. mars skall jarðskjálftinn og stormurinn.

February 28th, according to the International Date Line.

28. febrúar, samkvæmt alþjóðlegu daglínunni.

From Dunedin the noisome crew of the Alert darted eagerly forth.

Frá Dunedin þaut hávaðasöm áhöfn Alert ákaft fram.

They moved as if they had been imperiously summoned.

Þau hreyfðu sig eins og þau hefðu verið kölluð til með yfirlæti.

On the other side of the earth the other events unfolded.

Hinum megin á jörðinni gerðust aðrir atburðir.

Poets and artists had begun to have their strange dreams.

Skáld og listamenn voru farnir að dreyma sína undarlegu drauma.

Dreams of a dank Cyclopean city from times long gone.

Draumar um röka Kýklópíska borg frá löngu liðnum tíma.

A young sculptor was persuaded by these dreams too.

Ungur myndhöggvari lét þessir draumar einnig sannfæra sig.

In his sleep he molded the form of the dreaded Cthulhu.

Í svefni sínum mótaði hann mynd hins óttaða Cthulhu.

On March 23rd the crew of the Emma landed on an unknown island.

Þann 23. mars lenti áhöfn Emmu á óþekktri eyju.

There on that island they left six men dead.

Þar á eyjunni létu þeir sex menn lífið.

On that date the dreams of sensitive men assumed a heightened vividness.

Á þeim degi urðu draumar viðkvæmra manna ljóslifandi.

Their dreams darkened with dread of a giant monster's malign pursuit.

Draumar þeirra myrkuðust af ótta við illgjarna eltingu risavaxins skrímsli.

One architect went mad from his dreams that night.

Einn arkitekt varð brjálaður í draumum sínum þá nótt.

And a sculptor had lapsed suddenly into delirium!

Og myndhöggvari hafði skyndilega fallið í rugl!

And then there was the storm of April 2nd.

Og svo var það stormurinn 2. apríl.

The date on which all dreams of the dank city ceased.

Dagurinn þegar allir draumar um röku borgina enduðu.
Wilcox emerged unharmed from the bondage of strange fever.
Wilcox slapp ómeiddur úr fjötrum undarlegrar hitasóttar.
And everything appeared to be normal again.
Og allt virtist vera eðlilegt aftur.
But what about the hints old Castro had suggested?
En hvað með vísbendingarnar sem gamli Castro hafði gefið?
What about the sunken, star-born old ones?
Hvað með þá sokknu, stjörnufæddu gömlu?
What about their promised return and coming reign?
Hvað með fyrirheitna endurkomu þeirra og komandi valdatíma?
What about their faithful cult and their mastery of dreams?
Hvað með trúa sértrúarsöfnuð þeirra og yfirburði þeirra í draumum?
Was I tottering on the brink of cosmic horrors?
Var ég á barmi geimhryllinga?
Cosmic horrors far beyond man's power to bear?
Hryllingur alheimsins sem mannkynið getur ekki borið?
If so, they must be horrors of the mind alone.
Ef svo er, þá hljóta þær að vera einungis hugrænn hryllingur.
On the second of April there was sudden coordinated calm.
Þann annan apríl varð skyndileg, skipulögð ró.
The monstrous menace that sieged mankind's soul had vanished.
Hin hræðilega ógn sem umsát sál mannkynsins var horfin.
That evening I made all necessary arrangements for onwards travel.
Um kvöldið gerði ég allar nauðsynlegar ráðstafanir fyrir áframhaldandi ferð.
I bade my host adieu and took a train for San Francisco.
Ég kvaddi gestgjafann og tók lest til San Francisco.

***

***

In less than a month I was at the port of Dunedin.
Á innan við mánuði var ég kominn til hafnar í Dunedin.
Here, however, my investigation stumbled slightly.
Hér hrasaði rannsókn mín þó örlítið.
**I inquired in the old sea taverns where the men had
lingered.**
Ég spurði í gömlu sjávarkránum hvar mennirnir hefðu dvalið.
But little was known of the strange cult members.
En lítið var vitað um þessa undarlegu
sértrúarsöfnuðarmeðlimi.
Waterfront scum was far too common for special mention.
Skít við vatnsbakkann var alltof algengt til að nefna það
sérstaklega.
**But there was vague talk about one inland trip these
mongrels had made.**
En það var óljóst talað um eina ferð inn í landið sem þessir
blendingar höfðu farið í.
**Faint drumming and red flames were noted on the distant
hills.**
Daufur trommuhljóð og rauðir logar heyrðust á fjarlægum
hæðum.
In Auckland I learned only a little more of Johansen.
Í Auckland fræddist ég aðeins meira um Johansen.
He had been taken to Sydney for the investigation.
Hann hafði verið fluttur til Sydney vegna rannsóknar málsins.
**A perfunctory and inconclusive questioning turned his hair
white.**
Handahófskennd og ófullnægjandi spurning gerði hárið á
honum hvítt.
Thereafter he sold his cottage in West Street.
Eftir það seldi hann sumarhús sitt í Vesturgötu.
And he sailed with his wife to his old home in Oslo.
Og hann sigldi með konu sinni til gamla heimilis síns í Ósló.
His experience had clearly stirred him deeply.
Reynsla hans hafði greinilega snert hann djúpt.
**But he told his friends no more than he had told the
admiralty officials.**

En hann sagði vinum sínum ekki meira en hann hafði sagt embættismönnum flotans.

And all they could do was to give me his Oslo address.

Og það eina sem þeir gátu gert var að gefa mér heimilisfangið hans í Ósló.

After that I went to Sydney and talked profitlessly with seamen.

Eftir það fór ég til Sydney og spjallaði árangurslaust við sjómenn.

Members of the vice-admiralty court could not enlighten me either.

Meðlimir varadómstólsins gátu ekki heldur upplýst mig um þetta.

I tracked the Alert down to Circular Quay in Sydney Cove.

Ég rakti viðvörunina niður að Circular Quay í Sydney Cove.

The ship had been sold and was again in commercial use.

Skipið hafði verið selt og var aftur farið í atvinnurekstur.

But I could gain no further clues from the ship's cargo.

En ég gat ekki fengið frekari vísbendingar úr farmi skipsins.

The image was preserved in the Museum at Hyde Park.

Myndin var varðveitt í safninu í Hyde Park.

The cuttlefish head, dragon body, and scaly wings.

Höfuð smokkfisksins, líkami drekans og hreistruðu vængir.

The monster crouching atop the hieroglyphed pedestal.

Skrímslið krýpur ofan á hieroglyfjaða stallinum.

I studied every detail of the idol long and well.

Ég rannsakaði hvert smáatriði skurðgoðsins lengi og vel.

The relic was a thing of balefully exquisite workmanship.

Minjagripurinn var ógnvekjandi vandaður.

I couldn't help but notice the similarity to Legrasse's smaller specimen.

Ég gat ekki annað en tekið eftir líkindinni við minna eintak Legrasse .

Both idols had the same utter mystery and terrible antiquity.

Báðar skurðgoðin höfðu sömu algjöru leyndardóminn og hræðilega fornöld.

And both idols had the same unearthly strangeness of material.

Og bæði skurðgoðin höfðu sama ójarðneska undarlega efniseiginleika.

Geologists, the curator told me, had found it a monstrous puzzle.

Jarðfræðingar, sagði sýningarstjórinn mér, hefðu talið þetta hræðilega ráðgátu.

They insisted that the world held no rock like this one.

Þeir héldu því fram að heimurinn hefði engan stein eins og þennan.

Then I thought with a shudder of what old Castro had told Legrasse.

Þá hugsaði ég með skjálfta um það sem gamli Castro hafði sagt Legrasse .

The tale of the primal great ones, sunken under the sea.

Sagan af frumstæðingunum, sem sokku undir sjóinn.

"They had come from the stars."

„Þau voru komin frá stjörnunum.“

"They had brought their images with them."

„Þau höfðu komið með myndirnar sínar með sér.“

I was shaken with a mental revolution as I had never before known.

Ég varð fyrir andlegri byltingu sem ég hafði aldrei áður upplifað.

I was now completely resolved to visit Mate Johansen in Oslo.

Ég var nú alveg staðráðinn í að heimsækja Mate Johansen í Ósló.

Sailing for London, I re-embarked at once for the Norwegian capital.

Ég sigldi til London og hélt þegar í stað aftur um borð í norsku höfuðborginni.

And one autumn day I landed at the wharves.

Og einn haustdag lenti ég við bryggjurnar.

***

***

Johansen's hometown was in the shadow of the Egeberg.
Heimabær Johansens var í skugga Egeberg.
I discovered he lived in the Old Town of King Harold Haardrada.
Ég uppgötvaði að hann bjó í Gamla bæ Haralds konungs Haarråda.
For centuries the greater city had masqueraded as "Christiania".
Í aldaraðir hafði stærri borgin dulbúið sig sem „Christiania".
King Harald Hardrada kept alive the name of Oslo.
Haraldur harðráði konungur hélt nafninu Ósló á lofti.
I made the brief trip to his residences by taxicab.
Ég fór stutta ferð heim til hans með leigubíl.
A neat and ancient building with plastered front.
Snyrtileg og forn bygging með gipsklæddri framhlið.
And I knocked with palpitant heart at the door.
Og ég bankaði á dyrnar með hjartsláttartruflunum.
A sad-faced woman in black answered my summons.
Döpur kona í svörtu svaraði kalli mínu.
I was stung with disappointment at the sight.
Ég varð agndofa af vonbrigðum við sjónina.
She told me in halting English that Gustaf Johansen was no more.
Hún sagði mér á hissandi ensku að Gustaf Johansen væri horfinn.
He had not long survived his return, said his wife.
Hann hafði ekki lifað af heimkomuna lengi, sagði eiginkona hans.
The doings at sea in 1925 had broken him.
Aðgerðirnar á sjónum árið 1925 höfðu brotið hann niður.
He had told her no more than he had told the public.
Hann hafði ekki sagt henni meira en hann hafði sagt almenningi.
But he had left a long manuscript of "technical matters".

En hann hafði skilið eftir sig langt handrit um „tæknileg
atriði".
These notes of the voyage had been written in English.
Þessar minnispunkta um ferðalagið höfðu verið skrifaðar á
ensku.
**Evidently in order to safeguard her from the peril of casual
perusal.**
Greinilega til að vernda hana fyrir hættunni af
handahófskenndri skoðun.
**He had gone for a walk through a narrow lane near the
Gothenburg dock.**
Hann hafði farið í göngutúr eftir þröngum götu nálægt
höfninni í Gautaborg.
**A bundle of papers falling from an attic window had
knocked him down.**
Búnki af pappírum sem féll úr glugga á háaloftinu hafði slegið
hann niður.
Two Lascar sailors at once helped him to his feet.
Tveir sjómenn frá Lascar hjálpuðu honum þegar í stað á fætur.
But before the ambulance could reach him he was dead.
En áður en sjúkrabíllinn náði til hans var hann látinn.
The physicians found no adequate cause for his death.
Læknarnir fundu enga fullnægjandi orsök dauða hans.
They mostly attributed his death to heart trouble.
Þeir rekja dauða hans að mestu leyti til hjartavandamála.
**But they added his weakened constitution most likely
contributed.**
En þeir bættu við að veikburða líkamsbygging hans hafi
líklega átt þátt í því.
I now felt a deep gnawing at my vitals.
Nú fann ég djúpa nagun í líffærin mín.
A dark terror which will never leave me till I, too, am at rest.
Myrkur hryllingur sem mun aldrei yfirgefa mig fyrr en ég líka
finn hvíld.
Whether my death will come "accidentally" or not I can't tell.
Hvort dauði minn komi „fyrir slysni" eða ekki, get ég ekki
sagt til um.

I spoke to the widow about her husband's work.

Ég talaði við ekkjuna um vinnu eiginmanns hennar.

And I persuaded her I had a "technical" connection to him.

Og ég sannfærði hana um að ég hefði „tæknilega" tengingu
við hann.

So she felt I was sufficiently entitled to the manuscript.

Þannig að henni fannst ég eiga fullnægjandi rétt á handritinu.

And so I attained the dead man's writing.

Og þannig komst ég að skrift hins látna manns.

I began to read the documents on the boat to London.

Ég byrjaði að lesa skjölin á bátnum til London.

They were little more than simple, rambling notes.

Þetta voru varla meira en einfaldar, flóknar athugasemdir.

A naive sailor's effort at a post-facto diary.

Barnaleg tilraun sjómanns til að skrifa dagbók eftir á.

He strove to recall that last awful voyage day by day.

Hann reyndi að minnast þessarar síðustu hræðilegu ferðar
dag eftir dag.

I cannot attempt to transcribe his notes verbatim.

Ég get ekki reynt að skrifa upp glósur hans orðrétt.

The manuscript is clouded with vagueness and redundance.

Handritið er þakið óljósum og óþarfa upplýsingum.

But I will tell the gist of what he wrote.

En ég mun segja frá megininntaki þess sem hann skrifaði.

**Perhaps then you will understand why I stuffed my ears
with cotton.**

Kannski skilurðu þá hvers vegna ég fyllti eyrun mín með
bómull.

**The sound of the water against the vessel's sides became
unendurable.**

Hljóðið af vatninu við hliðar skipsins varð óbærilegt.

***

***

Johansen, thank God, did not quite know what he had seen.

Johansen, Guði sé lof, vissi ekki alveg hvað hann hafði séð.

But it is evident he had seen the city and the Thing.
En það er augljóst að hann hafði séð borgina og Þingið.
I shall never sleep calmly again when I think of the horrors.
Ég mun aldrei sofa rólegur aftur þegar ég hugsa um
hryllinginn.
The horrors that lurk ceaselessly behind life in time and
space.
Hryllingarnir sem leynast endalaust á bak við lífið í tíma og
rúmi.
Those unhallowed blasphemies that come from elder stars.
Þessir vanhelgu guðlastir sem koma frá eldri stjörnum.
Dreamers beneath the sea known only by a nightmare cult.
Draumórar undir sjónum aðeins þekktir af martraðarsöfnuði.
A cult ready and eager to release these monsters into the
world.
Sértrúarsöfnuður tilbúinn og ákafur að sleppa þessum
skrímsli út í heiminn.
Whenever another earthquake raises their monstrous stone
city again.
Í hvert skipti sem annar jarðskjálfti reisir hina skrímslulegu
steinborg þeirra upp á ný.
When Cthulhu is under the light of the sun once more.
Þegar Cthulhu er aftur undir sólarljósi.
Johansen's voyage had begun just as he told it to the vice-
admiralty.
Ferð Johansens hafði hafist einmitt eins og hann hafði sagt
varaforingjanum frá henni.
The Emma, in ballast, had cleared Auckland on February
20th.
Emma, í kjölfestu, hafði farið yfir Auckland 20. febrúar.
The ship had felt the full force of that earthquake-born
tempest.
Skipið hafði fundið fyrir fullum krafti þessa
jarðskjálftaóveðurs.
The horrors from the sea-bottom that filled men's dreams.
Hryllingurinn af sjávarbotninum sem fyllti drauma manna.

Once under control again the ship was making good
progress.

Þegar skipið var komið undir stjórn á ný var það að komast
vel áfram.

But then the ship was held up by the Alert on March 22nd.

En svo var skipið stöðvað af Alert þann 22. mars.

**I could feel the mate's regret as he wrote of her
bombardment and sinking.**

Ég fann fyrir eftirsjá stýrimannsins þegar hann skrifaði um
sprengjuárásina og sökkun hennar.

**Of the swarthy cult-fiends on the other boat he speaks with
horror.**

Um dökkhærðu sértrúarsöfnuðardjöflana á hinum bátnum
talar hann með hryllingi.

There was some peculiarly abominable quality about them.

Það var einhver sérlega viðurstyggilegur eiginleiki yfir þeim.

Something made their destruction seem almost a duty.

Eitthvað lét eyðileggingu þeirra virðast næstum skylda.

**This point was brought up during the proceedings of the
court of inquiry.**

Þetta atriði kom upp við meðferð málsins fyrir
rannsóknardómstólnum.

**Johansen shows ingenuous wonder at the accusation of
ruthlessness.**

Johansen sýnir einlæga undrun á ásökuninni um grimmd.

Curiosity is what drove the men on in their captured yacht.

Forvitni var það sem rak mennina áfram í snekkjunni sem þeir
höfðu hertekið.

Sticking out of the sea the men sighted a great stone pillar.

Þegar mennirnir stóðu upp úr sjónum sáu þeir stóran
steinsúlu.

**In South Latitude 47° 9', West Longitude 126° 43' they come
upon a coastline.**

Á suðurbreiddargráðu 47° 9', vesturlengdargráðu 126° 43'
koma þeir að strandlengju.

**The coastline was of mingled mud, ooze, and weedy
Cyclopean masonry.**

Strandlengjan var úr blönduðum leðju, seyti og illgresi frá Kýklópíutímanum.

Nothing less than the tangible substance of earth's supreme terror.

Ekkert minna en áþreifanlegt efni æðsta hryllingsins á jörðinni.

They had come across the nightmare corpse-city of R'lyeh.

Þau höfðu rekist á hina martröðu líkborg R'lyeh .

A city built in measureless eons behind history.

Borg sem byggð var ómældum öldum á eftir sögunni.

Monuments to vast loathsome shapes that seeped down from the dark stars.

Minnisvarða um risavaxnar viðurstyggilegar verur sem síuðu niður frá dökkum stjörnunum.

There lay great Cthulhu and his hordes for incalculable cycles.

Þar lá hinn mikli Cthulhu og hersveitir hans í óútreiknanlegar lotur.

Hidden in green slimy vaults, they sent out their thoughts.

Falin í grænum, slímugum hvelfingum sendu þau út hugsanir sínar.

The thoughts that spread fear to the dreams of the sensitive.

Hugsanirnar sem dreifa ótta í drauma viðkvæmra.

The thoughts that called imperiously to the faithful.

Hugsanirnar sem kölluðu með yfirlæti til hinna trúuðu.

"Come on a pilgrimage of liberation and restoration."

"Komdu í pílagrímsferð frelsunar og endurreisnar."

All this horror Johansen had no way of suspecting.

Allan þennan hrylling hafði Johansen engan möguleika á að gruna.

But God knows he had soon seen enough!

En Guð má vita að hann hafði brátt séð nóg!

I suppose what they saw was only a single mountain-top.

Ég geri ráð fyrir að það sem þau sáu hafi aðeins verið einn fjallstopp.

Soon the rest of the city emerged from the waters.

Fljótlega kom restin af borginni upp úr vatninu.

The hideous monolith-crowned citadel where great Cthulhu was buried.

Hin hræðilega virkisborg, krýnd með einni steinöld, þar sem hinn mikli Cthulhu var grafinn.

I shudder to think of all that may be brooding down there.

Ég hryllist við tilhugsunina um allt sem kann að vera að brjótast þarna niðri.

And I almost wish to kill myself to stop these thoughts.

Og ég langar næstum til að drepa mig til að hætta þessum hugsunum.

***

***

Johansen and his men were awed by the cosmic majesty.

Johansen og menn hans voru agndofa yfir stórkostleika geimsins.

They beheld the sight of this dripping Babylon of elder demons.

Þeir sáu þessa rennandi Babýlon öldunga djöfla.

They must have guessed without guidance what it was they saw.

Þau hljóta að hafa giskað án leiðsagnar hvað það var sem þau sáu.

What they saw was nothing of this or of any sane planet.

Það sem þeir sáu var ekkert af þessari eða neinni heilbrigðri plánetu.

The unbelievable size of the greenish stone blocks.

Ótrúleg stærð grænleitu steinblokkanna.

The dizzying height of the great carven monolith.

Svimandi hæð hins mikla útskorna einsteins.

And then there was the bas-reliefs found on the captured ship.

Og svo voru það lágmyndirnar sem fundust á skipinu sem hertekið var.

The colossal statues mirrored the scene on the carvings.

Risastóru stytturnar endurspegluðu umhverfið á
útskurðunum.
Johansen achieved something very close to futurism.
Johansen áorkaði einhverju sem líktist mjög framtíðarhyggju.
**Because he did not describe any definite structure or
building.**
Vegna þess að hann lýsti engu ákveðnu mannvirki eða
byggingu.
**He dwelled on the broad impressions of vast angles and
stone surfaces.**
Hann dvaldi við víðtæk áhrif af víðáttumiklum hornum og
steinflötum.
**Surfaces too great to belong to anything right or proper for
this earth.**
Yfirborð of stórt til að tilheyra neinu sem er rétt eða viðeigandi
fyrir þessa jörð.
Surfaces impious with horrible images and hieroglyphs.
Yfirborðið er óguðlegt með hræðilegum myndum og
hieroglyfjum.
There is a reason I mention his talk about angles.
Það er ástæða fyrir því að ég nefni tal hans um horn.
**It reminds me of something Wilcox had told me of his awful
dreams.**
Þetta minnir mig á eitthvað sem Wilcox hafði sagt mér um
hræðilegu drauma sína.
**He had said that the geometry of the dream-place he saw
was abnormal.**
Hann hafði sagt að rúmfræði draumastaðarins sem hann sá
væri óeðlileg.
Non-Euclidean spheres unlike anything here on earth.
Óevklíðskar kúlur ólíkar öllu hér á jörðinni.
Loathsomely redolent dimensions completely unlike ours.
Viðbjóðslega andardrægar víddir gjörólíkar okkar.
Now a seaman was describing the exact same thing.
Nú lýsti sjómaður nákvæmlega því sama.
They bad both had the same terrible glimpse of this reality.

Þau höfðu bæði fengið sömu hræðilegu innsýnina í þennan
veruleika.
Johansen and his men landed at a sloping mud-bank.
Johansen og menn hans lentu á hallandi leirbakka.
And they looked up at this monstrous Acropolis.
Og þau horfðu upp á þessa risavaxnu Akrópólis.
They clambered slippery up over titan oozy blocks.
Þau klifruðu hál upp yfir títan, seigfljótandi blokkir.
Blocks which could have been no mortal staircase.
Blokkir sem hefðu ekki getað verið dauðlegir stigar.
The very sun of heaven seemed distorted in this mist.
Sjálf sól himinsins virtist afmynduð í þessari þoku.
**A polarizing miasma welling out from this sea-soaked
perversion.**
Pólverandi mengun vellur upp úr þessari sjóvökvuðu
perversíu.
Twisted menace and suspense lurked in those elusive rocks.
Ógnir og spenna leyndust í þessum óljósu klettum.
**A second glance showed concavity where the first showed
convexity.**
Önnur sýn sýndi íhvolf en sú fyrri sýndi kúpta.
Something very like fright had come over all the explorers.
Eitthvað sem líktist mjög ótta hafði gripið alla landkönnuðina.
**Each man would have fled had he not feared the scorn of the
others.**
Hver maður hefði flúið ef hann hefði ekki óttast háðung hinna.
And it was only half-heartedly that they vainly searched.
Og það var aðeins hálfvel gert að leita til einskis.
They were looking for some portable souvenir to bear away.
Þau voru að leita að einhverjum flytjanlegum minjagrip til að
bera með sér.
**It was Rodriguez, the Portuguese, who climbed up the foot
of the monolith.**
Það var Rodriguez, Portúgalinn, sem klifraði upp rætur
einhyrningsins.
From there he shouted of what he had found.
Þaðan hrópaði hann af því sem hann hafði fundið.

The rest followed him to the foot of the monolith.
Restin fylgdi honum að rætur einangrunarsteinsins.
They looked curiously at the immense door in front of them.
Þau horfðu forvitnislega á risastóru dyrnar fyrir framan sig.
The now familiar squid-dragon was carved on the door.
Hinn nú kunnuglegi smokkfiskdreki var högginn á hurðina.
It was, Johansen said, like a great barn-door.
Það var, sagði Johansen, eins og stór hlöðuhurð.
Although they said it only gave the impression of a door.
Þótt þeir sögðu að það gæfi bara mynd af hurð.
They could not decide if the door lay flat like a trap-door.
Þau gátu ekki ákveðið hvort hurðin lægi flöt eins og fallhlera.
Or maybe the opening was slanted like an outside cellar-door.
Eða kannski var opnunin á ská eins og kjallarahurð að utan.
As Wilcox would have said, the geometry of the place was all wrong.
Eins og Wilcox hefði sagt, þá var rúmfræði staðarins alröng.
One could not be sure that the sea and the ground were horizontal.
Maður gat ekki verið viss um að sjórinn og jörðin væru lárétt.
Hence the relative position of everything else seemed phantasmally variable.
Þess vegna virtist hlutfallsleg staða alls annars ótrúlega breytileg.
Briden pushed at the stone in several places, without result.
Briden ýtti á steininn á nokkrum stöðum, án árangurs.
Then Donovan felt delicately over around the edge of the door.
Þá þreifaði Donovan varlega meðfram brún dyranna.
He climbed interminably along the grotesque stone molding.
Hann klifraði endalaust eftir groteska steinlistanum.
Although, if you could really call it climbing is debatable.
Þó að það sé umdeilanlegt ef hægt er að kalla það klifur.
Perhaps the door was more horizontal than vertical.
Kannski var hurðin frekar lárétt en lóðrétt.

And the men wondered how any door in the universe could
be so vast.
Og mennirnir veltu fyrir sér hvernig nokkur hurð í
alheiminum gæti verið svona stór.
Then, very softly and slowly, something began to happen.
Þá, mjög hægt og rólega, fór eitthvað að gerast.
The acre-great panel began to give inward at the top.
Ekra-stóra spjaldið fór að gefa sig inn á við efst.
And they saw that the door had balanced itself.
Og þeir sáu að hurðin hafði náð jafnvægi.

***
***

Donovan somehow propelled himself back along the jamb.
Donovan komst einhvern veginn aftur eftir dyrastönginni.
And everyone watched the queer recession of the
monstrously carven portal.
Og allir horfðu á undarlega samdrátt hins skrímslalega
útskorna portalsins.
In this fantasy of prismatic distortion it moved anomalously
in a diagonal way.
Í þessari fantasíu um prismatíska afbökun hreyfðist það
óeðlilega á ská.
All the rules of matter and perspective seemed confused.
Allar reglur efnis og sjónarhorns virtust ruglaðar saman.
The aperture was black with a darkness almost material.
Ljósopið var svart með myrkri næstum efnislegu.
That tenebrousness was indeed a positive quality.
Þessi harkaleiki var sannarlega jákvæður eiginleiki.
The men were spared from seeing the inner walls.
Mennirnir slapp við að sjá innveggina.
The darkness burst forth like smoke from its eon-long
imprisonment.
Myrkrið sprakk fram eins og reykur úr eilífðarfangelsi þess.
The sun was visibly darkened by flapping membranous
wings.

Sólin var greinilega myrkuð af blaktandi himnukenndum vængjum.

And the shadow slunk away into the shrunken and gibbous sky.

Og skugginn laumaðist burt inn í minnkaðan og grófan himininn.

The odor arising from the newly opened depths was intolerable.

Lyktin sem lagði upp úr nýopnuðu djúpinu var óbærileg.

The quick-eared Hawkins thought he heard a nasty, slopping sound.

Hinn skjóteyraða Hawkins hélt að hann heyrði ógeðslegt, slefandi hljóð.

His ears were confirmed when It lumbered slobberingly into sight.

Eyru hans voru staðfest þegar það kom slefandi í sjónmáli.

Its gelatinous green immensity groped through the black hall.

Gelkennd græn óendanleg víðátta þess þreifaði um svarta salinn.

And Its ooze and smell squeezed through the angled door.

Og seytlið og lyktin kreistist inn um skáhalla hurðina.

The Thing went into the tainted air of that poison city of madness.

Verðið fór inn í spillta loftið í þessari eitruðu borgar brjálæðisins.

Poor Johansen's handwriting almost gave out when he wrote of this.

Handrit fátæka Johansens var næstum því að gefa sig þegar hann skrifaði um þetta.

He thinks two men perished of pure fright in that accursed instant.

Hann heldur að tveir menn hafi farist af hreinum ótta á þessari bölvuðu stund.

The Thing cannot be described with our language.

Það er ekki hægt að lýsa hlutnum með okkar tungumáli.

There are no words for such abysms of shrieking and
immemorial lunacy.
Það eru engin orð yfir slíka djúpu öskur og óminningarlega
brjálæði.
Eldritch contradictions of all matter, force, and cosmic order.
Eldritch mótsagnir alls efnis, krafts og alheimsreglu.
A mountain that walked and stumbled on the earth. God!
Fjall sem gekk og hrasaði á jörðinni. Guð!
No wonder that across the earth a great architect went mad.
Engin furða að mikill arkitekt hafi orðið brjálaður um allan
heim.
**No wonder poor Wilcox raved with fever in that telepathic
instant.**
Engin furða að fátæki Wilcox skyldi æsa sig af hita á þessari
hugsunaraugnabliki.
The green, sticky spawn of the stars, was walking the earth.
Græna, klístraða afkvæmi stjarnanna gekk um jörðina.
The Thing of the idols had awaked to claim his own.
Skurðgoðanna hafði vaknað til að krefjast síns.
The stars were aligned again, as was predicted.
Stjörnurnar voru aftur í röð, eins og spáð hafði verið.
An age-old cult had failed in their duties.
Aldagömul sértrúarsöfnuður hafði brugðist skyldum sínum.
**And a band of innocent sailors fulfilled their role by
accident.**
Og hópur saklausra sjómanna gegndi hlutverki sínu fyrir
slysni.
After vigintillions of years great Cthulhu was loose again.
Eftir ótal milljónir ára var hinn mikli Cthulhu laus aftur.
And now great Cthulhu was ravening for delight.
Og nú var hinn mikli Cthulhu í uppnámi.
**Three men were swept up by the flabby claws before
anybody turned.**
Þrír menn voru sópaðir upp af slakum klóm áður en nokkur
sneri sér við.
God rest them, if there be any rest in the universe.
Guð gefi þeim hvíld, ef nokkur hvíld er í alheiminum.

Let it be known that their names were Donovan, Guerrera and Angstrom.
Látið það vita að nöfn þeirra voru Donovan, Guerrera og Angstrom.
Parker slipped as he was trying to make his escape.
Parker rann til þegar hann reyndi að flýja.
The other three were plunging frenziedly back to the boat.
Hinir þrír stukku trylltir aftur í bátinn.
They ran over endless vistas of green-crusted rock.
Þau hlupu yfir endalausar útsýnir af grænum klettahjúp.
Johansen swears he was swallowed up by an angle of masonry.
Johansen sver að hann hafi verið gleyptur af múrsteinshorni.
An angle which shouldn't have been there.
Horn sem hefði ekki átt að vera þarna.
An angle which was acute, but behaved as if it were obtuse.
Horn sem var hvöss en hagaði sér eins og það væri sleitt.
Only Briden and Johansen made it back to the boat.
Aðeins Briden og Johansen komust aftur að bátnum.
The two men had a moment of good fortune.
Mennirnir tveir áttu sér gæfustund.
The mountainous monstrosity flopped down on the slimy stones.
Fjallskrímslið féll niður á slímugu steinana.
And the beast hesitated floundering at the edge of the water.
Og skepnan hikaði og flakkaði við vatnsbakkann.
The steam boat had not entirely run out of hot coals.
Gufubáturinn var ekki alveg búinn með glóandi kol.
Despite the departure of all men for the shore.
Þrátt fyrir að allir menn hafi farið til strandar.
Feverishly the two men rushed up and down between wheels.
Í ofboði þutu mennirnir tveir fram og til baka á milli hjólanna.
It was the work of only a few moments to get the engine going.
Það tók aðeins fáein augnablik að koma vélinni í gang.
Amidst the distorted horrors of that indescribable scene.

Mitt í hinum brengluðu hryllingi þessarar ólýsanlegu
sviðsmyndar.

**Slowly their boat began to churn the lethal waters beneath
her.**

Hægt og rólega fór báturinn þeirra að ólga hið banvæna vatn
undir henni.

And they moved along the masonry of that charnel shore.

Og þeir færðu sig meðfram mdúrsteini þessarar
klettabeltisströndar.

That strange coastline that was not from this world.

Þessi undarlega strandlengja sem var ekki af þessum heimi.

***

***

The titan Thing from the stars slavered and gibbered.

Títanveran frá stjörnunum þrælaði og muldraði.

Like Polypheme cursing the fleeing ship of Odysseus.

Eins og Pólýfeme sem bölvar flóttaskipi Ódysseifs.

Then great Cthulhu slid greasily into the water.

Þá rann hinn mikli Cthulhu feitlega ofan í vatnið.

Bolder and more daring than the storied Cyclops.

Djarfari og djarfari en hinn sögufrægi Kýklópur.

**Cthulhu pursued them through the water with cosmic
movement.**

Cthulhu elti þá gegnum vatnið með geimhreyfingum.

**Briden looked back from the ship and started laughing
shrilly.**

Briden leit um öxl frá skipinu og fór að hlæja hástöfum.

**From that moment Briden continued laughing at odd
intervals.**

Frá þeirri stundu hélt Briden áfram að hlæja með óreglulegu
millibili.

But Johansen had not given up yet.

En Johansen hafði ekki gefist upp ennþá.

He knew his ship had no chance of outpacing the thing.

Hann vissi að skip hans hafði engan möguleika á að sigla fram úr því.

So he resolved on taking a desperate chance.

Svo ákvað hann að taka örvæntingarfulla áhættu.

He loaded the furnace and set the engine for full speed.

Hann fyllti ofninn og stillti vélina á fullan snúning.

And then he ran lightning-like on deck and reversed the wheel.

Og svo hljóp hann eins og elding upp á þilfarið og sneri við stýrinu.

There was a mighty eddying and foaming in the noisome brine.

Það var mikill iðandi hvirfilbylur og froðumyndun í hávaðasömu pæklinum.

The steam mounted higher and higher into the sky.

Gufan steig hærra og hærra upp í himininn.

And the brave Norwegian reversed the course of the chase.

Og hugrakki Norðmaðurinn sneri við eltingarleiknum.

Before him rose the unclean froth like the stern of a demon galleon.

Fyrir framan hann reis óhrein froða eins og skuturinn á djöflaskipi.

He drove his vessel head on against the pursuing jelly.

Hann rak bátinn sinn á hlaupabrettið sem elti hann.

The awful squid-head came nearly up to the yacht's bowsprit.

Hinn hræðilegi smokkfiskhaus kom næstum upp að stefnisprotti snekkjunnar.

But Johansen drove on relentlessly against the writhing feelers.

En Johansen ók áfram óþreytandi gegn ókyrrðum þreifarmönnunum.

There was a bursting as of an exploding bladder.

Það heyrðist sprungið eins og þvagblaðra væri að springa.

There was a slushy nastiness as of a cloven sunfish.

Það var slyddukennt ógeð eins og af klofnum sólfiski.

There was a stench as of a thousand opened graves.

Það var lykt eins og af þúsund opnum grafum.
And there was a sound the chronicler did not put on paper.
Og þar heyrðist hljóð sem söguritarinn setti ekki á blað.
For an instant the ship was befouled by an acrid cloud.
Um stund var skipið hulið af beiskum skýi.
The green cloud blinded Johansen and the mad man.
Græna skýið blindaði Johansen og brjálæðinginn.
And then there was only a venomous seething astern.
Og þá var bara eitruð, sjóðandi að aftan.
But God in heaven! What the two men saw next;
En Guð á himnum! Það sem mennirnir tveir sáu næst;
The scattered plasticity of that nameless sky-spawn.
Dreifð sveigjanleiki þessarar nafnlausu himinsins.
The injured thing was nebulously recombining.
Hið slasaða var óljóslega að sameinast aftur.
Soon Cthulhu would be back in its hateful original form.
Brátt yrði Cthulhu aftur í sína hatursfullu upprunalegu mynd.
But their distance was widening with every second.
En fjarlægð þeirra jókst með hverri sekúndu.
The ship was gaining impetus from its mounting steam.
Skipið var að fá kraft vegna vaxandi gufu.
And eventually the cursed city was over the horizon.
Og að lokum var bölvaða borgin handan við
sjóndeildarhringinn.

***

***

He did not try to navigate after their lucky escape.
Hann reyndi ekki að sigla eftir heppna flótta þeirra.
His reaction had taken something out of his soul.
Viðbrögð hans höfðu tekið eitthvað úr sálu hans.
He spent his time brooding over the idol in the cabin.
Hann eyddi tímanum í að velta fyrir sér skurðgoðinu í
kofanum.
He looked after the laughing maniac in the boat.
Hann passaði hlæjandi brjálæðinginn í bátnum.

And he attended to a few matters such as food.

Og hann sinnti nokkrum málum eins og mat.

Then came the storm of April 2nd.

Svo kom stormurinn 2. apríl.

On that day clouds gathered over his consciousness.

Þann dag safnaðist ský yfir meðvitund hans.

There is a sense of pure and refined delirium.

Það er tilfinning um hreina og fágaða ofskynjun.

Spectral whirling through liquid gulfs of infinity.

Litrófssnúningur um fljótandi göt óendanleikans.

Dizzying rides through reeling universes on a comet's tail.

Svimandi ferðalög um ókyrrandi alheima á hala halastjörnu.

Hysterical plunges from the pit to the moon.

Hysterísk stökk úr gryfjunni niður í tunglið.

And he plunged back again from the moon to the pit.

Og hann steypti sér aftur af tunglinu niður í gröfina.

A cachinnating chorus of the distorted, hilarious elder gods.

Grimmilegur kór hinna brengluðu, stórkostlegu öldungaguða.

And the green bat-winged mocking imps of Tartarus.

Og grænu, leðurblökuvængjuðu, spottandi djöflar Tartarosar.

Out of that dream came rescue; the ship Vigilant.

Úr þeim draumi kom björgun; skipið Vigilant.

The vice-admiralty court and the streets of Dunedin.

Varaaðmírálsdómstóllinn og götur Dunedin.

The long voyage back home to the old house by the Egeberg.

Löng ferð heim að gamla húsinu við Egeberg.

He could not tell anyone of what he had seen.

Hann gat ekki sagt neinum frá því sem hann hafði séð.

Had he told the truth they would have thought he had gone mad.

Hefði hann sagt sannleikann hefðu þeir haldið að hann væri orðinn brjálaður.

So he secretly wrote of what he knew before death came.

Svo skrifaði hann leynilega um það sem hann vissi áður en dauðinn kom.

"Death would be a boon if only it could blot out the memories."

Dauðinn væri blessun ef hann gæti aðeins afmáð
minningarnar.
That was the document Johansen left behind.
Þetta var skjalið sem Johansen skildi eftir.
And now I have placed this document in the tin box.
Og nú hef ég sett þetta skjal í blikkkassann.
In the box is also the dream carved bas-relief.
Í kassanum er einnig útskorin draumalíkneskja.
And I have included the papers of Professor Angell.
Og ég hef látið fylgja með greinar prófessors Angells.
With this box shall go this record of mine.
Með þessum kassa skal þessi plata mín fara.
These notes have become a test of my own sanity.
Þessar athugasemdir hafa orðið prófraun á mína eigin
geðheilsu.
**But I hope my discoveries are never be pieced together
again.**
En ég vona að uppgötvanir mínar verði aldrei settar saman
aftur.
**I have looked upon all that the universe has to hold of
horror.**
Ég hef litið á allt sem alheimurinn hefur upp á að bjóða af
hryllingi.
But now even the skies of spring are darkness to me.
En nú eru jafnvel vorhimninn myrkur fyrir mér.
Even the flowers of summer are forever poison to me.
Jafnvel sumarblóm eru mér eitur að eilífu.
But I do not think my life will be long.
En ég held ekki að líf mitt verði langt.
As my uncle went, so shall my end come.
Eins og frændi minn fór, svo mun endi minn koma.
As poor Johansen went, so shall my time come.
Eins og fátæki Johansen fór, svo mun minn tími koma.
I know too much, and the cult still lives.
Ég veit of mikið, og sértrúarsöfnuðurinn lifir enn.
Cthulhu still lives, too, I can only suppose.
Cthulhu lifir líka enn, ég get aðeins giskað á.

I assume Cthulhu is again in that chasm of stone.

Ég geri ráð fyrir að Cthulhu sé aftur í þeirri steingjá.

The city which has shielded him since the sun was young.

Borgin sem hefur verndað hann frá unga aldri.

I know his accursed city is sunken once more.

Ég veit að bölvaða borg hans er sokkin enn á ný.

The crew of the Vigilant sailed over the spot after the April storm.

Áhöfnin á Vigilant sigldi yfir staðinn eftir aprílstorminn.

But his ministers on earth still worship his return.

En þjónar hans á jörðinni dýrka enn endurkomu hans.

In lonely places they congregate around their idol.

Á afskekktum stöðum safnast þeir saman umhverfis skurðgoð sitt.

And they bellow and prance and slay in satanic ritual.

Og þeir öskra og dansa og drepa í satanískum helgisiði.

He must have been trapped by the sinking of his black abyss.

Hann hlýtur að hafa verið fastur í sökknun svarta hyldýpis síns.

Or else the world would by now be screaming with fright and frenzy.

Annars væri heimurinn nú þegar að öskra af ótta og æði.

Who knows how the end will come about?

Hver veit hvernig endirinn verður?

What has risen may sink, and what has sunk may rise.

Það sem hefur risið getur sokkið, og það sem hefur sokkið getur risið.

Loathsomeness waits and dreams in the deep.

Viðbjóður bíður og dreymir í djúpinu.

And decay spreads over the tottering cities of men.

Og rotnun breiðist út yfir hrörnandi borgir manna.

A time will come where that city rises out the sea again.

Sá tími mun koma þegar sú borg rís aftur upp úr hafinu.

But I must not think about when that day will come!

En ég má ekki hugsa um hvenær sá dagur kemur!

I have one prayer if this manuscript outlives me.

Ég hef eina bæn ef þetta handrit lifir lengur en ég.

I pray my executors put caution before audacity.

Ég bið þess að erfðafjárhaldsmenn mínir setji varúð fram yfir dirfsku.

I pray this manuscript meets no other eyes.

Ég bið þess að þetta handrit mæti ekki öðrum augum.

***

Found among the papers of the late Francis Wayland Thurston, of Boston.

Fundist meðal pappíra hins látna Francis Wayland Thurston frá Boston.

www.tranzlaty.com